मुलांचं स्वतंत्र व्यक्तिमत्त्व घडवण्यात
पालकांची भूमिका समजावणारं पथदर्शी पुस्तक!

जडणघडण

I0553182

डॉ. शरद प्रभुदेसाई

डायमंड पब्लिकेशन्स

जडणघडण
डॉ. शरद प्रभुदेसाई

Jadanghadan
Dr. Sharad Prabhudesai

प्रथम आवृत्ती : जानेवारी २०१५

ISBN : 978-81-8483-567-0

© डायमंड पब्लिकेशन्स, २०१५

मुखपृष्ठ
शाम भालेकर

मुद्रक
Repro India Ltd, Mumbai.

प्रकाशक
डायमंड पब्लिकेशन्स
२६४/३ शनिवार पेठ, ३०२ अनुग्रह अपार्टमेंट
ओंकारेश्वर मंदिराजवळ, पुणे-४११ ०३०
☎ ०२०-२४४५२३८७, २४४६६६४२
info@diamondbookspune.com

ऑनलाईन पुस्तक खरेदीसाठी भेट द्या
www.diamondbookspune.com

प्रमुख वितरक
डायमंड बुक डेपो
६६१ नारायण पेठ, अप्पा बळवंत चौक
पुणे-४११ ०३० ☎ ०२०-२४४८०६७७

या पुस्तकातील कोणत्याही भागाचे पुनर्निर्माण अथवा वापर इलेक्ट्रॉनिक अथवा यांत्रिकी साधनांनी-फोटोकॉपिंग, रेकॉर्डिंग किंवा कोणत्याही प्रकारे माहिती साठवणुकीच्या तंत्रज्ञानातून प्रकाशकाच्या आणि लेखकाच्या लेखी परवानगीशिवाय करता येणार नाही. सर्व हक्क राखून ठेवले आहेत.

प्रस्तावना

श्री. शरद प्रभुदेसाई हे व्यवसायाने डॉक्टर. कदाचित त्यामुळेच त्यांच्या लिखाणात चिकित्सकपणा असावा. हे वैशिष्ट्य त्यांच्या 'जडणघडण' या पुस्तकात ठळकपणे दिसून येते. 'आदर्श पालकत्वा' नंतर हे पुस्तक हातात आले. त्याआधी त्यांनी या पुस्तकावर लिहिण्याविषयी बोलणे झाले. पालकत्व हा जरी खूप ओढ असणारा आणि दुसऱ्या टोकाला कुणीही यावं आणि लिहावं असा विषय असला तरी डॉक्टरांच्या बोलण्यावरून ओढ निर्माण झाली. पुस्तक हाती आले (पुस्तकरूपात तयार होण्याचा आधीची संहिता) आणि सलग वाचून झाले. आपल्याला लिहायचं आहे ही जाणीव होतीच पण त्याहीपेक्षा विषयाची ओढ अधिक!

एरवी हा विषय मांडताना साध्या, हलक्याफुलक्या भाषेत, अनुभवाची मांडणी करत पुढे जाताना आपण अनेक पुस्तके वाचली असतील. या पुस्तकातून वयाचा एक टप्पा गृहीत धरलेला असतो. बऱ्याचवेळा अशा या विषयावरची पुस्तके, इंटरनेट माहितीचे भाषांतर आणि त्याला दिलेलं मराठमोळं रूप अशी मांडणी करणारी असतात.

या पुस्तकाबद्दल जाणवलेलं वेगळेपण आधी नोंदविते. एक म्हणजे इतर सर्वांच्या जडणघडणीवर लिहिणारी माणसं स्वत:च्या जडणघडणीबद्दल फारसं बोलत नाहीत; पण पुस्तकाचा उपसंहार करताना डॉक्टरनी स्वत:चा भूतकाळ ते वर्तमानकाळ स्पष्टपणे मांडला आहे. स्पष्टपणे म्हणण्याचे कारण असे की, उण्यादुण्या नि चांगल्या गोष्टी अगदी मुद्देसूदपणे मांडल्या आहेत. स्वत:च्या आयुष्यात डोकावून पाहणं हे ही तेवढंच महत्त्वाचे असतं नव्हे का?

या पुस्तकाचे दुसरे विशेष म्हणजे फक्त 'मूल' एवढी या पुस्तकाच्या पालकत्वाला मर्यादा नाही; कारण पालकत्वाइतकेच माणूस घडण्यावर त्याचा भर आहे. तो खूप महत्त्वाचा आहे; म्हणून जन्माला आलेलं मूल ते माणूस असा मोठा स्पॅन / अवकाश या पुस्तकाचा

आहे. अर्थात, सुरुवातीला म्हटल्याप्रमाणेच भाषा तात्त्विक, वैचारिक आणि काहीशी रूक्षता वाटण्याची शक्यता आहे. काय काय घडत असतं, कसं घडतं, काय घडलं पाहिजे, त्याचं स्वरूप कसं असलं पाहिजे याची रोखठोक मांडणी डॉक्टर करतात. एकदा ही भूमिका ठरली म्हणजे काहीशी रूक्षता येणं अपरिहार्य आहे. किंबहुना, वैचारिकता हा या पुस्तकाचा गाभा आहे. किती किती गोष्टींचा विचार त्यांनी केला आहे, असं म्हणण्यापेक्षा माणूस म्हणून घडताना जेवढ्या गोष्टी शक्य आहेत त्या सर्वांची नोंद डॉक्टरनी घेतली आहे.

परिस्थितीचा, घराचा मुलावर होणारा परिणाम इथून सुरुवात होऊन संस्कार, खाण्यापिण्याच्या सवयी, भावनात्मक बाजू, शिस्त अशा अनेक बाबींचा विचार करत पुस्तक पुढे जाते. मग सुरू होतो शिक्षणाचा विचार खरंतर पूर्व प्राथमिक शिक्षणाविषयी वेगळा विचार विस्ताराने आला असता तर बरे झाले असते, असे वाटते. असो, मात्र प्राथमिक शिक्षण व त्यात झालेले आधुनिक बदल याकडे पाहण्याची त्यांची सकारात्मक वृत्ती विशेष महत्त्वाची वाटते. मुलांच्या जीवनात व्यायाम, खेळ, आनंद, यांचं महत्त्व ते सांगतातच! पण त्याहीपेक्षा त्यांनी या पुस्तकात केलेले विधान जास्त विचारार्ह वाटते. ते म्हणतात- ‘‘शिक्षण हे पास-नापासच ठरविण्यासाठी आहे असा सर्वांचा भ्रम झाला आहे. आठवीपर्यंत कोणीही नापास होऊ नये किंवा कोणाला नापास करू नये याचा अर्थ असा आहे की, आठवीपर्यंत मुलांना अशा प्रकारे शिकवायचे आहे की, त्यांची कधीही परीक्षा घेतली तरी अभ्यास न करता त्यांना सर्वसाधारण ज्ञान अवगत झाले पाहिजे.’’ हा विचार समाजातल्या शिक्षण व्यवस्थेने समजून आचरणात आणला तर इतर कसली (शिकवण्या, संस्कार वर्ग, शिबिरे इ.) आवश्यकताच वाटणार नाही. त्यामध्ये हायफाय झालेला अभ्यासक्रम, गृहपाठ सर्व काही घेतात; पण मुले त्याचा वापर मात्र प्रत्यक्षात करीत नाहीत. डॉक्टरनी असे मुद्दे लक्षात घेतले आहेत की, ज्याबद्दल समाजाला अनेक प्रश्न पडलेले असतात. ते कोणाला विचारावे नि उत्तर देणारी व्यक्ती जबाबदार असायला हवी. मला वाटतं अनेक प्रश्नांची उत्तरे हे पुस्तक वाचताना मिळतात. शिक्षणाचे माध्यम, लैंगिक शिक्षण, वाढत्या वयानुसार होणारे बदल, राखीव जागा, समाजवास्तव अशा सारख्या सर्व मुद्यांचा परामर्श ते घेतात.

मुलांच्याच नाही तर माणसाच्याही वाढीशी संबंधित असणारे घटक म्हणजे टी.व्ही., कॉम्प्यूटर व मोबाईल इ. होत. यांच्या विरोधात बोलणारी माणसे त्याच्या आहारी गेलेली दिसतात; पण डॉक्टरनी या घटकातील सकारात्मक बाजू विचारात घेतली आहे. त्यांच्या उपयोग कसा करता येईल, हे जी व्यक्ती सांगू शकते त्या व्यक्तिलाच त्यावर टीका करण्याचा अधिकार असतो. याहीपेक्षा वेगळा घटक म्हणजे वाचन! इथपर्यंत पुस्तकात समाविष्ट भाग हा आत्तापर्यंत विचारात घेतला आहे; पण डॉक्टर व्यक्ती म्हणून जडणघडणीचा

विचार करीत असल्यामुळे सगेसोयरे व त्यांच्याशी असणारे व्यक्ती म्हणून माणसाचे संबंध यांची मांडणी पाहिली की स्वत:च्या जडणघडणीचा विचार ते किती वेगळ्या पद्धतीने करतात ते लक्षात येते. ''कुटुंबातील आचार ही समाजात कसे वागावे याची रंगीत तालीम आहे'' हे त्यांचे विधान तेवढेच महत्त्वाचे आहे. 'पालक' हा शब्द आपण किती ढोबळमानाने वापरतो; पण डॉक्टरनी पालकांचीही चार प्रकारांत विभागणी केली आहे. तसेच कुटुंबपद्धतीचीही साकल्याने विचार केला आहे. त्यात घटस्फोटाचा मुलांवर होणारा परिणाम नोंदवायला ते विसरत नाहीत; म्हणूनच असे म्हणावेसे वाटते की इथे त्यांच्या विचाराला व्यापकता प्राप्त झाली आहे. त्यांना खोली तर आहेच; म्हणून या पुस्तकातील विचार मूलभूत आहेत नि मांडणी त्यांच्या विचारांच्या भूमिकेतून झाली आहे. धट्ट्याकट्ट्या मुलांच्या आणि त्यातून घडणाऱ्या व्यक्तींचा विचार अनेक पुस्तकातून केलेला असतोच; पण विशेष मुलांच्या जडणघडणीचा विचारही ते याच पुस्तकात करतात, हे महत्त्वाचे आहे; कारण एकूण लोकसंख्येत अशा व्यक्तींची संख्या आणि त्यांचे प्रकार पुष्कळ आहेत. बरेचवेळा समाजाकडून त्यांची उपेक्षाच हाती येते. अशावेळी या पालकांची वेगळी भूमिका डॉक्टर मांडतात.

काहीशी मांडणीतील रूक्षता अनुभवांच्या मांडणीतून कमी झाली असती तर अधिक चांगले झाले असते. अन्यथा अशी पुस्तके वाचणे आणि आपल्या पातळीवर त्यांचा विचार करणं हे ही तेवढंच महत्त्वाचं आहे; आपल्या वाचक म्हणून भूमिकेसाठी !

रेणू दांडेकर

भ्रमणदूरध्वनी : ८६०५०३६१३६
ई-मेल :- renudandekar@gmail.com

मनोगत

माझे 'आदर्श पालकत्व' हे पुस्तक यापूर्वी प्रकाशिक झाले. पालकत्वासंबंधी विविध विषयाबद्दलचे मार्गदर्शन त्या पुस्तकात आहे. अर्थात, हे लेख तज्ज्ञमंडळींनी इंग्रजीत लिहीले व मी त्यांचा मराठीत अनुवाद केला. थोडक्यात, ते सगळे विचार माझे नव्हते.

या पुस्तकात मात्र मुलांची जडणघडण कशी करावयाची याबाबत माझे स्वत:चे विचार आहेत. मुलांच्या जडणघडणीच्या दृष्टीने कोणता काळ विशेष असतो, हे कळण्यासाठी वयोमानानुसार 'जडणघडण' कशी होत असते व ती होत असताना पालकांची भूमिका कशी असावी याचे मार्गदर्शन आहे. नऊ महिने ते पाच वर्षे हा काळ मुलांच्या जडणघडणीच्या दृष्टीने महत्त्वाचा असतो; पण या काळाचे महत्त्व पालकांना कळत नाही. 'मूल लहान आहे, त्याला काय कळणार?' या विचारापोटी मुले दुर्लक्षित राहतात. या काळात मुलांकडे विशेषत्वाने लक्ष दिले जात नाही. एकदा हा काळ हातातून निसटला आणि तो तसा निसटतोही, मग मुलांची 'जडणघडण' योग्य प्रकारे होणे कठीण जाते.

आई-वडिलांचे व नातलगांचे आपले मूल आपल्याप्रमाणे कसे होईल याकडेच लक्ष असते. किंबहुना, ते आपली प्रतिकृती (Clone) व्हावी अशीच पालकांची इच्छा असते. त्यामुळे मुलांमध्ये स्वतंत्र विचारसरणी विकसित होत नाही; अशा प्रकारची स्वतंत्रपणे विचार करण्याची प्रवृत्ती वाढीस लागणे व त्याबरोबर प्रत्येक गोष्टीबाबत स्वत:चे असे मत पूर्ण विचारांनी ठरविणे हेच उत्तम जडणघडणीचे गमक आहे; पण असे होण्यासाठी पालक किती प्रमाणात जागरूक असतात हा प्रश्नच आहे.

या दृष्टीने पालकांना मार्गदर्शन व्हावे म्हणून हे पुस्तक लिहीले आहे. या पुस्तकात माझी जडणघडण कशी झाली, कोणत्या गोष्टींची कमतरता होती याचा विचार करण्यासाठी

हे प्रकरण आहे. माझे चरित्र सांगण्याचा कोणताही उद्देश नाही.

'जडणघडण' यामध्ये दोन शब्द आहेत. जडण आणि घडण. जडण म्हणजे विविध गोष्टी मुलाला जडवणे. या चांगल्या-वाईट गोष्टी मूल आत्मसात करते; नंतर या जडविलेल्या गोष्टीद्वारे आपल्या व्यक्तिमत्त्वाचा विकास विचारपूर्वक घडवायचा असतो. चांगल्या-वाईट गोष्टींचा सारासार विचार करणे यामध्ये अपेक्षित असते; पण अशा प्रकारे स्वतंत्रपणे व्यक्तिमत्त्व फुलविण्याचा आपण आपल्या पाल्याला अवसर, संधी देतो का? याचे प्रत्येक पालकाने आत्मनिरीक्षण करायला हवे.

या पुस्तकाचे वाचन माझी पत्नी प्रतिभा हिने केले. त्यामध्ये काही बदल सुचविले. दापोलीच्या शिक्षणतज्ज्ञ सौ. रेणू दांडेकर यांनी प्रस्तावना लिहिली. श्री. समीर लिमये यांनी मनापासून पुस्तकाचे टंकलेखन केले आणि डायमंड पब्लिकेशन्सने आधीच्या पुस्तकाप्रमाणे याही पुस्तकाचे प्रकाशन केले. या सर्वांचा मी अतिशय ऋणी आहे. या पुस्तकाचेही वाचक व पालक स्वागत करतील अशी अपेक्षा करतो.

डॉ. शरद वि. प्रभुदेसाई
'चिंतामणी' मो. दि. जोशी रस्ता,
टिळक आळी, रत्नागिरी - ४१५६१२
फोन - ०२३५२ - २२२९५३
ई-मेल :- sharad12552@yahoo.co.in

अनुक्रम

१

पार्श्वभूमी

'स्वभावो दुरतिक्रम:' माणसाचा स्वभाव बदलणे शक्य नाही, असे म्हटले जाते; मी तर म्हणेन माणसामध्ये बदल होणे हेच कठीण असते. याचे कारण मला एखादी गोष्ट पटत नसेल तर मी क्षणभरही माझे मत विसरून दुसऱ्याप्रमाणे वागायला तयार नसतो. माझी धारणाच तशी असते. माझ्या घडणक्रियेदरम्यान एखाद्या विचाराचा पगडा माझ्यावर बसला की तो कायम तसाच राहतो. ज्या धर्माबद्दल आपणास काहीच माहीत नसते त्या धर्माचे आपण जन्मत:च होऊन जातो. ते इतके होतो की आपल्या धर्मातील चांगल्या-वाईट प्रत्येक गोष्टीबद्दल आपणास अभिमान वाटतो व त्यासाठी परधर्मीयांचा काही वेळा गळा घोटण्यासही आपण मागेपुढे पाहत नाही.

प्राणी जितका विचारी किंवा बुद्धीने कुशाग्र तितकी त्याची जडणघडणीची प्रक्रिया गुंतागुंतीची, क्लिष्ट असते. गाईचे वासरू किंवा हरणाचे पाडस जन्मत: काही वेळातच चालू लागते. उड्या मारू लागते, आपल्या आईप्रमाणे वागू लागते. आईच्या मागून फिरू लागते. पण वाघ, सिंह किंवा मांजराच्या पिलांना डोळे उघडावयालाच १५ दिवस जातात. त्यानंतर उठणे, चालणे वगैरे गोष्टी करण्यास २-३ महिन्यांचा काळ जातो. आपल्या आईप्रमाणे होण्यास साधारणत: सहा महिन्यांचा काळ जातो. आईप्रमाणे शिकार करणे ही फारच दूरची गोष्ट झाली. थोडक्यात १-२ वर्षे त्यांना आपल्या आईवरच सर्व बाबतीत अवलंबून राहावे लागते. त्यांचा आईच्या सहवासातील काळ जास्त असल्याने आईप्रमाणे त्यांच्या हालचाली किंवा लकबी होतात. त्यांच्या जडणघडणीत आईचा मोठा सहभाग असतो.

वाघ-सिंहाच्या मानाने माणसाचा मेंदू अधिक मोठा, जास्त विकसित झालेला असल्याने तसेच माणसाची विचारशक्ती या प्राण्यांच्या कित्येक पटीने जास्त असल्याने माणसाला घडण्यासाठी बराच वेळ लागतो. त्याचे प्रौढ माणसात रूपांतर होण्यासाठी,

त्याची स्वत:ची विचारशक्ती तयार होण्यासाठी किंवा अगदी योग्य म्हणायचे तर छोट्या बालकाचे एका स्वतंत्र व्यक्तिमत्वात रूपांतर होण्यासाठी मोठा कालावधी लागतो. हा कालावधी १८ वर्षांचा आहे. म्हणूनच १८ वर्षांपर्यंतचा माणूस दुसऱ्यावर अवलंबून असतो. त्याला स्वत:ची प्रज्ञा नसते असे म्हटले जाते. बहुधा म्हणूनच १८ वर्षांनंतरच माणसाला नागरिकत्व बहाल केले जाते. अठरा वर्षांनंतर त्याची स्वत:ची अशी विचारशक्ती तयार झालेली असते. स्वत: विचार करून तो निर्णय घेऊ शकतो. त्यानंतर त्याचे निर्णय योग्य असण्याची शक्यता अधिक असते. म्हणजेच बालकाचे प्रौढामध्ये रूपांतर होण्यास चक्क अठरा वर्षांचा काळ आवश्यक असतो. इतर प्राण्यांच्या तुलनेत हा काळ फारच मोठा आहे.

या एवढ्या मोठ्या जडणघडणीच्या काळात या छोट्या माणसावर जगातील विविध घटकांचा परिणाम होत असतो. या विविध घटकांमुळे माणसाचे घडणे होत असते. प्रौढ माणूस म्हणून तो आदर्शवत होण्यास विविध गोष्टी कारणीभूत ठरतात. अर्थात त्यामुळे तो आदर्शवत होतोच असे नाही. ते मूल त्याच्या घरातील लोकांच्या चष्म्यातून आदर्श होत असते इतकेच. शेतकऱ्याला आपले मूल शेतकरी होणे म्हणजेच आदर्शवत होणे असे वाटू शकते. मग कुटुंबातील प्रत्येक व्यक्ती मुलाला आपले संस्कार म्हणजेच तो आपल्याप्रमाणे कसा घडेल हे पाहण्यात मश्गूल असतात. हिंदू कुटुंबातील प्रौढ, लहान मुलाला 'बाप्पा'ची भीती घालतात. त्याला शरण जायला सांगतात, मुसलमानात अल्लाला व इतर धर्मांतील माणसे आपआपल्याला घरातील चालीरीती शिकवतात. हा या मुलाच्या घडणीमधला महत्त्वाचा भाग असतो. अशा तऱ्हेने मुलाचा वैचारिक विकास होत असतो. जो योग्य की अयोग्य याचा विचार होण्याची शक्यता कमीच असते.

उपजत्या मुलाला प्रौढ माणसाप्रमाणे बोलणे, चालणे इत्यादी गोष्टीत पारंगत होण्यास साधारणत: चार वर्षे लागतात. हा काळ इतर प्राण्यांच्या तुलनेत जास्त नाही का? म्हणजेच चार वर्षांपर्यंत मूल फक्त स्वत:ची काळजी स्वत: घेण्याच्या लायकीचे होते. अर्थात अजूनही ते पूर्णांशाने स्वत:ची काळजी घेऊ शकत नाही. स्वत:चे अन्न स्वत: मिळविण्याची क्षमता येण्यास अजून बराच काळ लागत असतो. या काळात मूल आपले घर सोडून एकट्यानेच कोठेही जाऊ शकत नाही. त्याला कोणाचीतरी सोबत लागतेच; पण या काळात मुलाची निरीक्षणक्षमता झपाट्याने वाढत असते आणि आपल्या सभोवारच्या विविध गोष्टींचे निरीक्षण करून त्या आत्मसात करण्याकडे त्याचा कल असतो; म्हणूनच दोन वर्षांनंतर गुरांना हाकवणे, गाडी चालवण्याची नक्कल करणे, कपडे धुणे, पाणी काढणे किंवा घरातील त्याच्या निरीक्षणात आलेल्या विविध गोष्टींची जशीच्या तशी म्हणजेच

सही सही नक्कल करण्याकडे त्याचा कल असतो. त्या दरम्यानच त्याची विचारक्षमताही वृद्धिंगत होत असते.

माणसाच्या घडण्यात आजूबाजूच्या परिस्थितीचा म्हणजे शास्त्रीय भाषेत म्हणायचे झाल्यास पर्यावरणाचा परिणाम महत्त्वाचा आहे. खेडेगावातील मूल झाडावर चढायला शिकण्याची शक्यता अधिक. शहरातील मूल गर्दी असलेल्या आगगाडीत चढायला सहज शिकते. माझा मित्र माझ्याबरोबर पहिल्यांदाच मुंबईस आला होता. मुंबईत शौचालयात वापरण्यात येणारी साखळी त्याने सहज ओढून पाहिली तर शौचाच्या भांड्यात पाण्याचा महापूर आल्याने हा मित्र घाबरला व आपण काही घोळ केला असे त्याला वाटले. त्यामुळे घाबरून बाहेर आला. अर्थात, ही शहरी जीवनात नैमित्तिक गोष्ट होती; पण अशी पाण्याची टाकी असलेले फ्लशचे शौचालय त्याने न पाहिल्यामुळे घाबरला. थोडक्यात, आजूबाजूची परिस्थिती माणसाला त्या त्या परिस्थितीला तोंड द्यायला प्रशिक्षित करीत असते. खेड्यातील मुलांना रानावनात एकटे फिरावयाला काही वाटत नाही, तर शहरातील मुले आगगाडीने बेधडक प्रवास करताना दिसतात. या ठिकाणी आजूबाजूची परिस्थिती महत्त्वाची.

म्हणजे लहानपणी ज्या परिस्थितीला आपल्याला तोंड द्यावे लागते त्यानुसार त्या व्यक्तीची घडण होत असते. नदीकाठी राहणारी मुले नदीमध्ये आपोआप पोहायला शिकतात, तर ज्यांच्याकडे दोन चाकी किंवा चारचाकी वाहने आहेत त्या घरची मुले ही वाहने लवकर चालवायला शिकतात. काही वेळा त्यांना ही वाहने चालवायला शिकवायला लागत नाही.

भाषा बोलणे हेही याप्रमाणेच होते. माणूस कोणती भाषा बोलणार हे त्याची मातृभाषा कोणती त्यावर अवलंबून असते. मातृभाषा म्हणजे घरातील एकमेकांशी संवाद करण्याची भाषा. लहानपणी म्हणजे वयाच्या नवव्या महिन्यापासून जर मुलाच्या घरात संभाषणाची भाषा संस्कृत असेल तर हे मूल संस्कृत बोलायला शिकणार. एखादा कन्नड न येणारा मराठी माणूस अथवा मूल कन्नड प्रदेशात कायम वास्तव्य करून राहिला तर त्यांना कन्नड सफाईदारपणे बोलता येते. मोठ्या माणसापेक्षा मूल परकीय भाषा लवकर आत्मसात करते; म्हणून कोणतीही भाषा आधी बोलायला शिकल्यास ती परकीय भाषा कठीण वाटत नाही. आपल्याकडे भाषा विशेषत: इंग्रजी शिकण्याची चुकीची पद्धत अमलात आणली गेल्याने बऱ्याच विद्यार्थ्यांना इंग्रजी शिकणे कठीण जाते. सभोवारच्या परिस्थितीचे अवलोकन व श्रवण करून आपण त्या त्या गोष्टी करायला शिकतो. एखाद्या गोष्टीचे अवलोकन व सतत सराव हाच कोणत्याही गोष्टीत प्रावीण्य मिळविण्याचा मार्ग आहे.

अवलोकन हे सहज होत असते; पण सराव हा काही वेळा स्वेच्छेने व काही वेळा जबरदस्तीने होत असतो. जसे झाडावर नारळ आहेत व ते काढून द्यावयाला माणूस मिळत नाही किंवा मिळण्याची शक्यता नाही असे आढळल्यावर माणूस एक तर नारळ पडण्याची वाट पाहतो किंवा चढण्याचा सराव करून नारळ काढण्याचे कसब अंगीकारतो. तसेच दुसरी कोणतीच भाषा ऐकायला न मिळाल्याने नेहमीच्या संभाषणात ऐकू येणारी भाषा माणसाला शिकावीच लागते.

बऱ्याच वेळा परकीय भाषा बोलणाऱ्यांचे कौतुक वाटते. इंग्रजी बोलणाऱ्यांचे मराठी माणसाला नवल वाटते; पण भाषा बोलण्याचे कसब कसे आत्मसात करावयाचे हे कोणी त्या वेळी सांगितले तर असे नवल वाटायची काहीच गरज नाही; आपण जर इंग्रजी बोलणे-ऐकलेच नाही व ते बोलण्यासाठी लागणारा सराव (मग तो जबरदस्तीने का होईना) केला गेलाच नाही तर दुसरा इंग्रजी भाषा किंवा परकीय भाषा बोलतो त्याचे नवल वाटायचे कारण काय? आपली भाषा त्या माणसाला कुठे येते? हा प्रश्न आपल्या मनात येत नाही. हा विचार नसल्याने उगाच नको ते प्रश्न माणसाच्या आयुष्यात निर्माण होतात.

माणूस लहानपणापासून सभोवारच्या परिस्थितीनुसार शिकत असतो; जगरहाटीच्या दृष्टीने कोणती गोष्ट महत्त्वाची, कोणत्या गोष्टीत कष्ट जास्त होतात, कोणत्या गोष्टीत कष्ट कमी करूनही प्राप्ती जास्त होते. त्यानुसार त्या माणसाचा दर्जा ठरविला जातो. नारळाच्या झाडावर चढून नारळ काढणे हे जरी त्रासदायक, कष्टमय असले तरीही ते काम करणाऱ्याची प्राप्ती ठराविक मर्यादेपलीकडे जात नाही. त्यामुळे त्या कामाचा दर्जाही तितका राहात नाही. माणसाचा दर्जा तो करत असलेल्या कामावरून ठरतो. अधिक कष्ट आणि मर्यादित प्राप्ती अशा कामांना दर्जाच नसतो. त्यामुळे परिस्थितीनुरूप आपले जीवनमान सुधारण्यासाठी त्याला विविध कौशल्ये शिकणे गरजेचे असते. ही कौशल्ये शिकणे फक्त बाह्य परिस्थितीवर अवलंबून नसते. त्या कौशल्यात प्रावीण्य मिळविण्यासाठी दृढ निश्चय व प्रचंड प्रयत्नांची जरूर असते. कधी कधी हे प्रयत्न व इच्छा कमी पडतात, त्यामुळे ही अधिकची जीवन कौशल्ये माणूस शिकू शकत नाही आणि मग आमच्यावेळी परिस्थितीच प्रतिकूल होती म्हणून आम्ही 'घडलो' नाही असे म्हणून हात चोळत बसतो.

माणसाच्या घडण्यामागील दुसरा घटक म्हणजे त्याच्या सान्निध्यात असलेली माणसे. आपल्या सान्निध्यात कायम असणारी माणसे म्हणजे आई, वडील, भावंडे व आजी, आजोबा. या सर्व माणसांच्या वागणुकीचा आपल्या घडण्यावर परिणाम होत असतो.

मुलाच्या सान्निध्यातील अतिशय महत्त्वाची व्यक्ती म्हणजे आई. तिच्या वागणुकीचे मुलावर परिणाम होणारच. एखाद्या मुलाला जर जेवणातील एखादी भाजी आवडली नाही

आणि आईने त्याऐवजी दुसरे तोंडीलावणे मुलाला दिले तर त्या भाजीबद्दल ते मूल पूर्वग्रहदूषित होते व ती भाजी त्याला आवडेनाशी होते; मग आयुष्यभर ती भाजी ते मूल खात नाही. माझा एक मित्र मोठेपणीही बटाटा भाजी व खिचडी इतकेच जेवण घेतो. काही मुले तिखट भाजी खात नाहीत पण मिसळीसारखे रुचकर व तिखट पदार्थ आवडीने खातात. स्वच्छता, टापटीपपणा, अभ्यासाच्या सवयी या आईच्या मार्गदर्शनातून तसेच आईचे वागणे पाहून तिच्या आग्रही स्वभावामुळे मुले ते घेत असतात.

वडिलांच्या वागणुकीचाही परिणाम मुलांवर होत असतो. बहुधा मुलावर वडिलांच्या वागणुकीचा परिणाम व मुलीवर आईच्या वागणुकीचा परिणाम दिसून येतो. घरात जर पुरुषप्रधान संस्कृतीचे स्तोम असेल (अर्थात ते भारतातील बहुतांश घरात दिसून येते); तर मुलाने काही ठराविक कामे उदा. स्वयंपाक करणे, केर काढणे, कपडे धुणे इत्यादी कामे करायची नसतात. उलट मुलीने या कामांत रस घेतलाच पाहिजे. आपल्या मुलीला जर स्वयंपाक येत नसेल तर हिचे कसे होणार म्हणून आई सचिंत असते. मग ती आई व मुलगी अगदी उच्चशिक्षित असली तरी; आणि आईचे तसे विचार असल्याने नकळत त्याचा मुलीवर परिणाम होतो ती आदर्श स्त्री होते आणि तो आदर्श पुरुष होत असतो. थोडक्यात आदर्श स्त्री व आदर्श पुरुष होण्याची बीजे कुटुंबातील माणसे मुलामध्ये नकळत पेरत असतात. या नियमाला अजून अपवाद फारच कमी ठिकाणी दिसून येतात. एखादा पुरुष अशी कामे करीत असेल तर त्याची आई त्याला दूषणे देत असते.

अशाच प्रकारे घरातील इतर माणसांचाही परिणाम मुलांवर होत असतो. मुलांनी आपल्यापेक्षा वयाने वडील असणाऱ्या परक्या माणसांना मान दिला पाहिजे, त्यांना आहो-जाहो केले पाहिजे; पण याला अपवाद असतात. खोती कुटुंबातील मुले त्याच्या कुळातील वडील माणसांना चक्क अरे-तुरे करून हाक मारत; याचे कारण घरातील थोर मंडळी त्यांना 'अरे' म्हणत. मग हेही 'अरे' म्हणतात आणि 'अरे' म्हणून त्यांना हाक मारण्याचे खोती घराण्यातील वरिष्ठांना काहीच वाटत नसे. तसेच आई व बाबा मुलाहून वयाने मोठीच. पण आईला मूल अगं-तुगं म्हणून हाक मारते तर बाबांना 'अहो' म्हणते. याचे कारणही हेच. आई बाबांना अहो बाबा म्हणते, बाबा आईला 'अगं' म्हणतात. हेच मूल ऐकते व त्याचा परिणाम म्हणून मूल आईला अगं व वडिलांना अहो म्हणून हाक मारते. खरे तर यामध्ये आईबद्दल जास्त प्रेम म्हणून 'अगं' म्हणून मूल आईला हाक मारते असा एक गोड गैरसमज आहे. पूर्वी बऱ्याच घरात लहान काका व मोठ्या भावाची मुले एकाच वयाची असत. मग हा काका या मोठ्या भावाच्या बायकोला वहिनी म्हणून हाक मारे. मग या 'वहिनी'ची मुले तिला वहिनी म्हणूनच हाक मारत.

ही सर्व उदाहरणे देण्याचे कारण सान्निध्यातील माणसांचा मुलावर कसा परिणाम होतो हेच दाखविण्याचा प्रयत्न आहे. त्यामुळे मूल आई-वडिलांचे विचार, धर्म आणि इतर गोष्टींची सही सही नक्कल करत असते. या सर्व गोष्टींचा परिणाम लहान वयात व वारंवार झाल्यामुळे या सर्व गोष्टींचा मुलावर जबरदस्त परिणाम होतो. या सर्व गोष्टी आयुष्यभर तशाच चालू राहतात.

आई-वडिलांचे 'निरीक्षण' करून मुलाने आत्मसात केलेल्या सर्व गोष्टी; 'जनुकीय' परिणामामुळेही मुलांकडे आई-वडिलांकडून बऱ्याच गोष्टी येत असतात. विशेषत: विशिष्ट हालचाली, बसण्याची, बोलण्याची ढब यांसारख्या गोष्टी जनुकीय परिणामांचा भाग असू शकतात; म्हणजे नुसते सान्निध्य हेच परिणामकारक नसून रक्ताच्या नात्यातील माणसांच्या जनुकांचाही परिणाम मुलावर होत असतो.

संस्कारांमुळेही मुलांची घडण होत असते. किंबहुना, संस्कारांचा माणसाच्या जडणघडणीत फार महत्त्वाचा वाटा असतो, असे बऱ्याचजणांचे मत आहे. आपल्या लहानपणी म्हणजेच साधारणत: १२-१३ वर्षांपर्यंत सान्निध्यात असलेली माणसे आपल्यावर संस्कार करतात. आता यामध्ये आई-वडीलच प्रामुख्याने येतात. क्वचितप्रसंगी आई-वडील सोडून इतर व्यक्ती संस्कार करतात. कपडे कसले घालायचे, वागायचे कसे, जेवायचे कसे, आतिथ्य कसे करायचे, देव उपासना, अभ्यास कसा करायचा, आपली एकंदरीत वर्तणूक कशी असावी याचे प्रशिक्षण आपल्या आयुष्याच्या सुरुवातीच्या काळात होत असते; यालाच 'संस्कार' असे म्हणतात. अर्थात हिंदू धर्मात बारशापासून ते मरणोत्तर क्रिया यालाही संस्कार म्हणतात; हे सोळा संस्कार आहेत. हिंदूंमध्ये विवाह हा करार नसून संस्कार आहे असे म्हटले जाते. त्यामुळे घटस्फोटाचे प्रमाण कमी असते असे म्हणतात. या विवाह नामक संस्काराचे ते फळ नव्हे, असे प्रामाणिकपणाने सांगावेसे वाटते. या सोळा संस्कारांचा माणसाच्या आयुष्याच्या 'घडणी'मध्ये किती प्रभाव आहे नकळे; पण या सोळा संस्कारांना फारच महत्त्व अजूनही दिले जाते हे निश्चित.

संस्कार म्हणजे निश्चित काय हे कोणालाही सांगता येत नाही; पण संस्कार कमी झाल्यामुळे अलीकडची पिढी बदलत चालली आहे असे म्हणायची एक पद्धत आहे. अर्थात असे म्हणणारी सर्व मंडळी या संस्कारपूर्ण वातावरणात वाढलेली आहेत. मग यांना आपल्या मुलावर संस्कार का करता आले नाहीत? पण असे प्रश्न विचारणे म्हणजे मोठीच चूक आहे. एकत्र कुटुंबपद्धतीत संस्कार चांगले होतात असेही काहींचे म्हणणे असते. एकत्र कुटुंबपद्धती चांगली म्हणणारे अशा कुटुंबातून विभक्त का झाले?

एकंदरीत संस्कार म्हणजे काय? ते कसे करावेत? त्याचा दूरगामी परिणाम काय?

खरोखर तसा परिणाम होतो काय? हे सर्व प्रश्न अनुत्तरित असतात. एका वृद्ध बाईने सहज म्हटले, ''माझ्या मुलांवर मी चांगले संस्कार केले. संस्कार हे महत्त्वाचे असतात. या संस्कारांमुळेच माझी मुले चांगली आहेत.'' मी सहज त्या बाईंना विचारले, ''तुमच्या सर्व मुलांना किंवा नातवंडांना सायंकाळी परवचा म्हणायला शिकवलेत?'' आज यामधील एकही मूल मला तसे करताना दिसत नाही किंवा ज्यांना वेळ आहे ती मंडळीही आपल्या मुलांना सायंकाळी घेऊन परवचा व तत्सम गोष्टींसाठी बसताना दिसत नाहीत त्याचे काय! मी विचारलेला प्रश्न त्या बाईंना आवडला नाही. मी आगाऊपणा करतो असेच तिचे मत झाले.

अतिरेकी विचार जरी टाळले तरी या 'संस्कारांचा' माणसाच्या घडण्यामध्ये प्रत्यक्ष किंवा अप्रत्यक्ष वाटा आहे, हे नाकारता येणार नाही.

परिस्थितीत होणाऱ्या बदलांचा माणसावर परिणाम होत असतो. या बदलांमुळे माणूस आमूलाग्र बदलतो. अतिशय बाळबोध कुटुंबात वाढलेली 'आपण बरे व आपला अभ्यास बरा' अशा मनोवृत्तीची मुले उच्च शिक्षणासाठी घराबाहेर पडून वसतिगृहात राहतात. वसतिगृहातील काही दिवसांच्या वास्तव्यानंतर त्यांच्यात असे काही बदल होतात की, हाच कालचा मुलगा का हे ओळखणे कठीण जाते. त्याचे वागणे, खाणे-पिणे या सर्वातच बदल होतो. अर्थात हा बदल त्याच्या घरी माहीत नसतो. हा त्या कॉलेजच्या वास्तव्यापुरता मर्यादित असतो. हा घरी आला की पूर्वीप्रमाणेच बाळबोध असतो. पण हे बाळबोध वागणे नको असाच त्याचा ग्रह झालेला असतो हे निश्चित! एकंदरीत त्याची पूर्वीची 'घडण' आता या परिस्थितीत झालेल्या बदलामुळे आमूलाग्र बदलते. त्याचे पूर्वीचे संस्कार कुठच्या कुठे लोप पावलेले असतात. पण घरातील आपली प्रतिमा अबाधित राहण्यासाठी हा मुलगा घरापुरते आपले स्वरूप बदलतो. या त्याच्या बुरखा पांघरण्यावर घरच्यांचा विश्वास बसतो. म्हणजे त्याच्यामध्ये दोन व्यक्तिमत्त्वे असतात. एक कॉलेजमधले व एक घरातील; आणि त्याच्या 'जडणघडणीत' झालेला बदल त्याच्या भोवतालच्या वातावरणातील बदलामुळेच असतो. वसतिगृहातील त्याच्या स्वच्छंद वागणुकीस कोणाचाही विरोध नसतो. त्यामुळे आपले पूर्वीचे वागणे तो बदलतो; पण हे सर्व घडत असले तरी काही बाबतीत तो बदलत नाही. त्याची अभ्यास करण्याची प्रवृत्ती कायम राहते; काही मुले मात्र या स्वच्छंदी वातावरणात पूर्णपणे बहकतात.

काही वेळा घरात अतिशय लाडात वाढलेली मुले अशा स्वच्छंदी वातावरणात गेली की जबाबदारीने वागू लागतात. घरातील त्यांना असलेल्या सवयी बदलतात. त्याची वाटचाल वाईटाकडून चांगल्याकडे होते. थोडक्यात, हा परिस्थितीचा बदल कोणाला

कसा बदलून टाकील हे सांगता येणे कठीण.

बदलाचा किंवा वातावरणाचा आपल्यावर होणारा परिणाम हा तो आत्मसात करण्याची माणसाची क्षमता आणि विचार करण्याची पद्धत यावर अवलंबून असतो. मिळालेल्या स्वच्छंदी वातावरणाचा कसा उपयोग करावयाचा, हे ज्याचे त्याने ठरवायचे असते. त्यासाठी त्याची विचारांची बैठक कशी आहे व त्याचा विचार कोणत्या प्रकारे प्रभावी होतो त्यावर अवलंबून असते.

परिस्थितीतील बदल हा सकारात्मक किंवा नकारात्मक होऊ शकतो. काही व्यक्ती काही ठराविक बाबींमध्येच बदल घडवून आणतात. कोणत्या बाबींमध्ये बदल केल्यामुळे आपले नुकसान होणार आहे व कोणत्या बाबीमध्ये किती प्रमाणात बदल घडवून आणावयाचा हाही विचार महत्त्वाचा असतो. आपल्यामागे कोणाचीच भुणभुण नसल्याने एखादी व्यक्ती संपूर्णपणे बेदरकार होते. आपल्या जबाबदाऱ्यांचा त्या व्यक्तीला विसर पडतो व त्याच्या व्यक्तिमत्त्वाचा ऱ्हास होऊ लागतो; पण दुसरी व्यक्ती या मिळालेल्या स्वातंत्र्याचा आपले विचार अधिक प्रगल्भ करण्यासाठी उपयोग करून घेऊ शकते. ही व्यक्ती आपले पूर्वीचे घरामधील विचार व आचार हे योग्य होते काय व अयोग्य असतील ते बदलण्याचा प्रयत्न करते. अर्थात हे आचार बदलताना त्याला घरातील व्यक्तींचा रोष पत्करावा लागतो. घरातील माणसे किंवा पालक बेबंद, बेजबाबदार वागणुकीप्रमाणे अशा प्रकारच्या सकारात्मक बदलालाही कडाडून विरोध करतात. बहुतेक पालकांना आपले मूल आपल्या विचाराबाहेर गेलेले आवडत नाही. ते आपले 'क्लोनच' म्हणजे प्रतिकृती झालेले आवडते.

म्हणूनच हा वातावरणातील फरक बहाल करणे पालकांच्या दृष्टीने आपत्तीच असते. अशा परिस्थितीत ही व्यक्ती घरातील संस्कारांच्या कक्षेबाहेर जाते आणि पालकांना नको त्या प्रश्नांना सामोरे जावे लागते. म्हणजे वातावरण बदलामुळे, जडणघडणीत होणाऱ्या बदलामुळे खरी गोची कोणाची होते तर पालकांची! म्हणूनच वातावरण बदलाचा सकारात्मक बदल अपेक्षित असेल तर पालकांनी 'मी म्हणतो म्हणून असे कर' हे मुलाला न सांगता लहानपणापासूनच स्वत: विचार करायला लावले पाहिजे. त्यामुळे कोणताही बदल धीटपणे स्वीकारणे किंवा या बदलाच्या प्रक्रियेत जबाबदारीने वागणूक करणे या गोष्टी शक्य होतात. आपले मूल हे स्वतंत्र व्यक्तिमत्त्व आहे. त्याला विचार करण्यास प्रवृत्त केल्यामुळेच हा परिस्थिती बदलामुळे होणारा पेच काही प्रमाणात सुटू शकतो, असे वाटते.

शारीरिक क्षमता किंवा शारीरिक तंदुरुस्तीचा जडणघडणीवर परिणाम होत असतो.

पायाने पंगू असलेल्या मुलाचा विचार केल्यास हे मूल स्वतःला न्यून समजते. मी या जगात समर्थपणे जगू शकेन का, याबाबत त्याला कायम प्रश्नच असतो. अर्थात, एक पाय पंगू असणे हा या काळात फार मोठा दोष नाही; पण काही मुले जन्मजात हृदयरोग, आकडी यांसारख्या असाध्यरोगाने पछाडलेली असतात. त्यांची सर्व बाबींमधील शारीरिक क्षमता फारच कमी असते. ही मुले इतर मुलांप्रमाणे खेळू किंवा बागडू शकत नाहीत. आपल्या मित्र परिवारात फिरू शकत नाहीत. एकट्याने कोठेही जाणे, फिरणे त्यांना शक्य नसते. त्यातच घरची आर्थिक परिस्थिती ओढाताणीची असली तर 'आधीच उल्हास व त्यात फाल्गुन मास' अशी परिस्थिती; मग अशा दुखऱ्या मनःस्थितीत असलेल्या मुलांची 'घडण' योग्य प्रकारे होऊ शकेल असे नाही.

अर्थात, अशा परिस्थितीतही 'घडण' योग्य होण्यासाठी पालकांनी या मुलांसाठी मोठे योगदान देणे गरजेचे असते. या मुलाला पालकांपैकी एकाने सतत मदत करणे अपेक्षित असते; पण आर्थिक परिस्थिती उत्तम असेल तरच हे शक्य होते. कुटुंबाच्या भरणपोषणासाठी पालकांना काम करण्याची गरज असेल तर अशा मुलांकडे दुर्लक्षच होते. मग असे दुर्लक्षित मूल मागे पडते.

शारीरिक पंगू मुलांची ही गत तर मतिमंद मुलांच्या स्थितीचा विचारही न केलेला बरा. या मुलांना जर घडवायचे असेल तर पालकांना रात्रंदिवस युद्धाचाच प्रसंग असतो. अशा मुलांना घडवून कुटुंबाला त्याचा उपयोग नसतोच, मग या मुलांकडे विशेषतः गरीब पालकांकडून लक्ष दिले जात नाही. विशेष शाळेत शिकविलेल्या गोष्टीची घरी उजळणी करणे गरजेचे असते; पण घरातील ओढाताणीच्या परिस्थितीमुळे शक्य होत नाही; म्हणजे या मुलाला घरातील कटकट कमी करण्याकरिताच शाळेत टाकले जाते. या मुलांवर परिश्रम घेऊन त्याची जडणघडण योग्य प्रकारे होऊ शकते, यावर अजून तरी भारतातील पालकांना विश्वास वाटत नाही. काही वेळा समाजातील मंडळीही याला शाळेत घालून डॉक्टर, वकील बनवणार आहात काय? असे कुत्सित, हेटाळणीखोर प्रश्न विचारतात व या मुलासाठी काम करणाऱ्यांना नाउमेद करतात.

थोडक्यात, शारीरिक तंदुरुस्ती असणे हा 'जडणघडणी'मधील महत्त्वाचा घटक असतो हे विसरून चालणार नाही.

माणसाच्या जडणघडणीत वातावरण, सान्निध्यातील माणसे, परिस्थितीतील बदलाला सामोरे जाण्याची क्षमता व शारीरिक तंदुरुस्ती अशा विविध गोष्टींचे महत्त्व काय याचा विचार केला; पण या सर्व बाबींपेक्षा एखाद्या व्यक्तीची 'विचार करण्याची क्षमता' ही बाब माणसाच्या जडणघडणीमध्ये फार महत्त्वाची असते. विचार अथवा जास्त चांगल्या

भाषेत म्हणायचे तर विवेकपूर्ण वागणूक माणसामध्ये आमूलाग्र बदल घडवून आणते. या विचारशक्तीसमोर इतर बाबी सामान्य असतात. विचारशक्ती असलेली व्यक्ती सर्व गोष्टींचा साकल्याने विचार करून स्वत:ला घडवत असते, असे म्हटले तर चूक होणार नाही.

या संदर्भात आपण समाजात असलेली महात्मा गांधींची प्रतिमा आणि त्याचा व्यक्तीच्या जीवनावर होणाऱ्या परिणामांचा विचार करू.

महात्मा गांधींच्यासंदर्भात त्यांच्या आदर्शांबाबत तीन प्रकार आढळतात. पहिल्या प्रकारातील माणसांना महात्मा हे आदर्श पुरुष वाटतात. त्यांचा आदर्श समोर ठेवून ते जगत असतात. त्यांच्या जीवनातील प्रत्येक घटनेत महात्मा गांधीच आदर्श असतात. दुसऱ्या प्रकारामधील माणसांना गांधी हे महान वाटतात. त्यांना वंदन करावे, त्यांची स्तुती करावी, त्यांचे आचरण कसे महान होते, त्यांचे व्यक्तिमत्त्व किती महान होते हे ते सांगत असतात. गांधींचा अपमान करणाऱ्यांवर ही माणसे सडकून टीका करतात; पण प्रत्यक्ष आयुष्य जगताना गांधींची तत्त्वे ही माणसे कधीच आचरताना दिसत नाहीत. म्हणजे गांधी आदर्शवत आहेत पण आम्ही त्यांची तत्त्वे आत्मसात करू शकत नाही. तरीही त्यांचा आम्हाला अभिमान वाटतो असे म्हणणारे हे थोडेसे ढोंगी वाटतात. तिसऱ्या प्रकारचे लोक गांधीजींना सर्रास शिव्या घालतात. गांधींनी देशाचे वाटोळे केले किंबहुना गांधीजींचे नाव घेतले की त्यांची तळपायाची आग मस्तकात जाते.

अशी ही तीन प्रकारची माणसे घडण्याचे कारण पाहिले तर स्वत: विचार न करता ही माणसे गांधीजींसंदर्भात वागतात. बहुधा प्रत्येकाच्या घरात किंवा संपर्कात गांधींसंदर्भात विचार करणारी माणसे असतात. काहींना गांधीजींच्या विचारप्रणालीमुळे फायदा झालेला असतो, तर काहींना प्रत्यक्ष किंवा अप्रत्यक्ष तोटा सहन करावा लागलेला असतो. गांधी खुनादरम्यान काहींना स्वत: तर काहींच्या नातलगांना तुरुंगात जावे लागले होते. त्याची प्रतिक्रिया म्हणूनच तिसऱ्या प्रकारची माणसे घडतात. दुसऱ्या प्रकारच्या माणसांना गांधीजींच्या तत्त्वाची कास धरल्याने राजकारणात फायदा होत आहे असे दिसते; मग गांधीजींवर स्तुतिसुमने उधळायला आपले काय जाते, हा विचार प्रभावशाली होतो आणि आयुष्य जगताना जरी गांधीतत्त्वाचे प्रतिबिंब दिसले नाही तरी मुखात सतत गांधीवाद असतो. पहिल्या प्रकारातील माणसे गांधीतत्त्वाने पछाडलेली असतात. गांधीजी म्हणजे त्यांना एक आश्चर्यच वाटते. त्यांच्या घरातील सर्वचजण तसे असतात. या माणसांची गांधीभक्ती १०० टक्के असते; ढोंग अजिबात नसते.

खरे तर गांधीजी व त्यांची तत्त्वे आहेत तशीच असतात. माणूस मग तो किती महान असला तरी त्याच्या चुका होतातच, हे साधे तत्त्व या तिघांनाही कळत नाही.

त्यानुसार विचार नसल्याने आपल्यावर झालेल्या संस्कारांप्रमाणे ते वागत असतात. गांधीजींच्या तत्त्वप्रणालीचा स्वतंत्र पद्धतीने विचार करण्याची या तीनही प्रकारच्या माणसांची इच्छा नसते किंवा आपणावर झालेले संस्कार इतके योग्य आहेत असे त्यांना वाटते की, त्या संस्काराबद्दल पुनर्विचार करण्याची त्यांची तयारी नसते. किंबहुना, तसे कोणी आवाहन केल्यास त्यांना राग येतो. त्या संस्कारानुसार त्यांची 'जडणघडण' होत असते.

थोडक्यात, माणूस जर स्वतंत्र विचार करणारा असेल तर त्याची जडणघडण अतिशय वेगळ्या पद्धतीने होत असते. त्या स्वतंत्र विचारप्रणालीमुळेच तो आपल्या सान्निध्यातील माणसे व त्यांनी त्याच्यावर केलेले संस्कार, भोवतालची परिस्थिती व त्यात होणारे बदल इत्यादी गोष्टींचा त्याच्यावर अनवधानाने झालेल्या परिणामांचा तो सखोल विश्लेषण करून मगच आपली मते बनवतो. अशा प्रकारे विश्लेषण करणारा माणूस कधी एकांगी विचारांचा होत नाही. त्याची जडणघडण होत असता व्यापकत्व हे महत्त्वाचे तत्त्व असते. कोणत्याही तत्त्वाला तो सहज आत्मसात करीत नाही किंवा ते तत्त्व फेकूनही देत नाही.

लहानपणी विविध घटकांमुळे एकांगी विचार होत असतात. त्या वेळी विचारशक्तीही विकसित झालेली नसते. अशा वेळी घरातील किंवा सहवासातील काही माणसांचा परिणाम आपल्यावर होतो. घरातील आचारविचार यांचाही परिणाम होतो. सभोवतालच्या परिस्थितीमुळे आपल्याला स्वार्थापायी किंवा नाइलाजाने त्या परिस्थितीनुरूप वागावे लागते. पण त्या व्यक्तीची विचारशक्ती प्रभावशाली झालेली असते. तो या सर्व गोष्टींचा साकल्याने विचार करून न पटणारे विचार सोडून देतो. मग काही वेळा त्याला आप्तेष्टांकडून वाईटपणाही मिळतो. काही वेळा स्वार्थी म्हणूनही त्याच्यावर आगपाखड करण्यात येते; पण विचारी माणूस पूर्ण विचारांतीच आपली जडणघडण करीत असतो. तो या टीकेने डगमगून जात नाही.

स्वतंत्र विचारप्रणाली नसलेले किंवा काही माणसांवर वा तत्त्वप्रणालीवर अपार श्रद्धा असलेले आपली जडणघडण त्या तत्त्वानुसार करीत असतात व कधीही बदलत नाहीत. त्यांना ती विचारप्रणाली बरोबर वाटते. त्यांची आदर्शवत माणसे कधीच चुकू शकत नाहीत, असा त्यांचा ठाम विश्वास असतो. त्यानुसार त्याची जीवनात वाटचाल चालू असते. अर्थात, त्यांना स्वतंत्र विचारप्रणाली नाही, असे म्हणणेही चूक. कारण आपल्या आदर्शांच्या तत्त्वानुसार जडणघडण करायची हा विचार त्यांनी केलेला असतोच; पण हे खरे की या प्रकारे घडलेली माणसे कधीही दुसऱ्याच्या मनाचे विश्लेषण करण्याच्या मन:स्थितीत नसतात. तसेच त्यांच्या मनाचे व्यवच्छेदन करणेही त्यांना योग्य वाटत नाही.

या त्यांच्या विचाराला 'झापडबंद विचार' असे म्हटल्यास चूक होणार नाही. जगातील बरीचशी माणसे या प्रकारे घडतात. त्यातूनच झुंडशाही निर्माण होते असे म्हटल्यास अयोग्य होऊ नये.

बऱ्याचदा घरात जी विचारसरणी असते तीच विचारसरणी पुढील पिढीतही दिसते. घरातील मोठी माणसे घरातील नवीन पिढीवर तशाच प्रकारे संस्कार करीत असतात. या विचारांचा मुख्य ढाचा तसाच राहतो. आपल्या स्वार्थासमोर येणारे यातील विचारही नवीन पिढी गरजेनुसार बदलू शकते. याचे उत्तम उदाहरण म्हणजे शहरात राहणारी माणसे जातीयता, मानपान, सोवळेओवळे यांचा फार कटाक्षाने विचार करीत नाहीत; पण ही मंडळी त्यांच्या मूळ गावी गेल्यावर हे सर्व विचार उफाळून निघतात व सर्व गोष्टींचे पालन व्यवस्थित करतात. थोडक्यात, या सर्व बाबी शहरात पाळल्यास आपल्याला काम करणे मुश्कील होईल. त्यामुळे हे सनातनी विचार शहरातील आपल्या वास्तव्यात ही मंडळी बाजूला ठेवतात.

मूल बालपणी पाहिलेल्या गोष्टी आत्मसात करते. हे कसे करायचे? हे न केल्यास काय होईल? इत्यादी विचार त्याच्या मनालाही शिवत नाहीत. आम्ही आमच्या गावी शाळेत जात होतो. घरी आल्यावर शाळेतील कपडे काढून बाजूला ठेवायचे ही पद्धत होती व तसे आई-वडिलांनी सांगितले होते; ते आम्ही तत्परतेने करत होतो. कधीच हे 'का' करायचे असा प्रतिप्रश्न वडिलांना केला नाही. अर्थात, तसा प्रश्न करायलाही बंदी होती; आणि त्याचा परिणामही वाईट होणार याची आम्हाला खात्री होती. त्यामुळे या बालवयात 'येथे वडील जे जे करीती तया नाव धर्म ठेविती' हाच धर्म होता. अर्थात, अशा या विचार नसलेल्या काळात झालेले संस्कार मनाला ताब्यात ठेवतात व मन या विचारांच्या इतके ताब्यात राहते की, हा विचार सहजपणे काढून टाकू शकत नाही. याच काळाला 'उत्तम संस्कारांचा काळ' असे म्हटले जाते. हे दुर्दैव की सुदैव कोण जाणे. दुर्दैव यासाठी की आपण या काळात चांगल्या-वाईटाचा विचार न करताच गोष्टी तंतोतंत आत्मसात करीत असतो. या दरम्यान बऱ्याच वाईट गोष्टीही आत्मसात केल्या जातात. त्या आयुष्यभर तशाच प्रकारे वागणुकीत दिसून येतात. सुदैव हे की मोठ्या माणसांना आपल्या विचारांची माणसे तयार करावयास मिळतात.

अर्थात हे संस्कार करीत असताना घरातील वयस्कर माणसे आपल्याला हवे असलेले व त्यांच्या दृष्टीने महत्त्वाचे वाटणारे विचारच मुलामध्ये कसे संस्कारित होतील हे पाहत असतात. उदाहरण द्यायचे झाले तर सनातनी माणसे मग ती कोणत्याही धर्माची असोत धर्माची शिकवण किंवा घरातील कुळाचारांची शिकवण मुले कशी आत्मसात करतील हे

नीटपणे पाहतात; पण त्यांना न आवडणारी भाजी या मुलांनी खायला शिकावी किंवा तत्सम अन्य गोष्टींवर या मंडळींचे लक्ष नसते, आग्रह नसतो. उदा. ब्रेड खाणे निषिद्ध असते; देवाजवळ विजेचा दिवा वापरण्यासही काही लोकांना काहीच वाटत नाही. आपल्या मोलकरणीकडून भांडी घासून घेणे व घासून झाल्यावर धुऊन घ्यायला मुलांना शिकवले जाते, तसेच या मोलकरणीचा वेगळ्या कपातून चहा द्यायचे बाळकडूही सनातनी आई आपल्या मुलांना हमखास देते. मुंज करावयाची जानवे घालायचे याबद्दल मंडळी आग्रही; पण संध्या करण्याचे बंधन मुलावर लादत नाहीत. ही मुलेही विचार न करता अशा संस्कारांचे पालन काटेकोरपणे करतात.

थोडक्यात, संस्कारांबद्दल आग्रही असणारी मंडळी मुलांनी स्वतंत्र विचार करावा याबद्दल आग्रही नसतात. खरे तर माणसाची जडणघडण, स्वतंत्र विचारप्रणाली विकसित झाली तरच उत्तम प्रकारे होते; पण स्वतंत्र विचारसरणी तयार होणे हे मृगजळच असते व एखादा तरुण स्वतंत्र प्रणालीने वागू लागल्यास त्याचा टिकाव लागत नाही. एकदा १३ वर्षांच्या मुलाने आंबेडकर, फुले व आगरकर यांचे पाठ्यपुस्तकातील धडे वाचून वडिलांना विचारले, ''मग आपण घरी हे सोवळेओवळे का पाळतो किंवा इतरांना वेगळा कप का देतो ?'' त्यावर वडिलांनी त्याला सांगितले, ते पुस्तकातील विचार येथे चालणार नाहीत. त्याप्रमाणे शहरात वागणे ठीक. खेडेगावात त्या विचारानुरूप वागणे जमणार नाही म्हणजे या मुलाची स्वतंत्र विचार करण्याची प्रवृत्ती पद्धतशीरपणे बंद करण्यात आली. आता अशा संस्कारांना चांगले म्हणायचे की वाईट. अलीकडेच असा विषय चालला होता आता एक किंवा दोन मुले असल्याने मुलांना नाती समजत नाहीत. मी सहज म्हटले की, चुलत भावंडांना सख्खे भावंडच मानायला काय हरकत आहे? तर सर्वांची तोंडे पाहण्यासारखी झाली.

तात्पर्य, माणसाची जडणघडण ही त्याची स्वतंत्र विचारप्रणाली योग्य प्रकारे विकसित झाली आहे का यावरच अवलंबून आहे. चांगले संस्कार, चांगले आदर्श, चांगले वातावरण, चांगली परिस्थिती इत्यादी चांगल्या गोष्टींमुळे जडणघडण उत्तम होईल असे नाही. त्या माणसाने आपली जडणघडण सर्व गोष्टींचा विचार करूनच केली पाहिजे. त्याने बालपणापासूनच्या काळात विविध अनुभवांची शिदोरी जमवून ती सारासार विवेकाच्या कसोटीवर घासून मगच अनुभवातून योग्य धडे आत्मसात करावयास हवे. 'सध्या मुलांवर उत्तम संस्कार होत नाहीत.' असे बालीश विधान उपयोगाचे नाही.

उत्तम संस्कार म्हणजे काय? आपण मुलाला सांगू, दाखवू किंवा आचरण करावयास सांगू त्या गोष्टीच ना! आपण शिकविलेले किंवा कोणीही शिकविलेले चिकित्सेशिवाय

मान्य करावे का? 'मुलांवर संस्कार होत नाहीत' हे विधान करण्याचे कारण या मोठ्या माणसांनी दिलेल्या धड्याप्रमाणे मुलांचे आचरण नसावे. बहुधा मुले स्वतंत्र विचार करायला लागलेली असावीत. स्वत:च्या विचारानुरूप वागणूक करीत असावीत; म्हणूनच नाराजीतून वरील विधान केले जात असावे. खरे तर मुले स्वतंत्र विचार करीत असतील तर ते चांगले लक्षण आहे असेच मानावे लागेल. आमचेच आचरण आदर्शवत असे मानणाऱ्या वडीलमाणसांना ही स्वतंत्र विचारसरणी आवडत नाही; त्यामुळे वैफल्य येते.

मूल जन्मत:च स्वत: विचार करू शकणार नाही, हेही तितकेच खरे; पण त्याला स्वतंत्र विचार करायला लावणे हे कसब आहे. हे करीत असताना मूल आपल्याला अनेक प्रश्न विचारून हैराण करते. त्या वेळी त्या सर्व प्रश्नांची समर्पक उत्तरे द्यावी लागतात किंवा एखाद्या प्रश्नाचे उत्तर आपल्याला येत नाही हे मान्य करावे लागते. असे न करता वडील मंडळी असले प्रश्न कशाला विचारतोस किंवा या प्रश्नाचे उत्तर तुला योग्य वेळी कळेल असे थातूरमातूर उत्तर देऊन वेळ मारून नेतात; त्यामुळे वडीलमाणसांचे विचार त्याच्या माथी बसतात.

मुलाचे अथवा माणसाचे जडणघडणीचे तंत्र असे अतिशय क्लिष्ट आहे; तेथे ठराविक नियम नाही.

२

जडणघडणीचा महत्त्वाचा काळ : ९ महिने ते ५ वर्षे

माणसाच्या आयुष्यात ९ महिने ते ५ वर्षे हा काळ जडणघडणीचे दृष्टीने महत्त्वाचा असतो. साधारणत: ९ महिन्यांच्या मुलामध्ये 'मी' तयार होतो. माझे अस्तित्व वेगळे आहे. मी जगाहून वेगळा आहे. माझे विश्व वेगळे आहे हे या ९ महिन्यांच्या मुलाला हळूहळू कळायला लागते. याच वयापासून मूल विविध गोष्टींचे अवलोकन करते. आजूबाजूच्या परिसराचे, वातावरणाचे, माणसांचे बारकाईने निरीक्षण करून त्यानुसार वागण्याचा प्रयत्न करते. सुरुवातीला शारीरिक वाढ योग्य न झाल्याने त्याला सर्व गोष्टींचे यथेच्छ अनुकरण करता येत नाही. उदा. बोलण्याचे कौशल्य योग्य प्रकारे विकसित न झाल्याने एक वर्षाचे मूल मोठ्या माणसाप्रमाणे बोलू शकत नाही; पण यथावकाश भाषाकौशल्याचा विकास झाल्यानंतर त्याचे अनुकरण सुरू होते.

शारीरिक कौशल्यांचा जसजसा विकास होतो तसतशी मुलाची अनुकरण करण्याची प्रवृत्ती वाढीस लागते. या काळात मुलाला ज्या सवयी आपण लावू त्या कायमच्या राहण्याची शक्यता असते.

साधारणत: नऊ महिन्यांपर्यंत भूक लागल्यास कोणतीही वस्तू भरवल्यास मूल गिळते; पण नऊ महिन्यांनंतर त्याची आवडनिवड निर्माण होते. त्यानंतर या मुलाचा कल त्याला आवडणाऱ्या गोष्टी खाण्याकडे असतो. तोच प्रकार इतर बाबींमध्ये असतो. आपल्याला हवी असलेली गोष्ट मिळवणे, हवे त्याप्रमाणे वागणे, आपल्याला पाहिजे त्याप्रमाणे खेळणे या बाबींकडे मुलाचा कल असतो. अशा या वयात त्याच्या मनाप्रमाणे सर्व गोष्टी करू दिल्यास मूल आपले तेच खरे करण्याच्या प्रवृत्तीचे होते. या वयात आपण विचारपूर्वक त्याला हानिकारक गोष्टींपासून दूर ठेवल्यास व कितीही रडल्यास ती गोष्ट त्याला दिली नाही किंवा त्याच्या मनाप्रमाणे आपण वागलो नाही तर नको त्या (मोठ्या माणसांच्या दृष्टीने) गोष्टी हे मूल करण्याच्या फंदात पडत नाही. अशा प्रकारे वाढत्या

वयोमानानुसार त्याचे वागणे अधिक आक्रमक होत असते. त्याला तसाच प्रतिसाद दिला तर या वयातच वाईट अथवा चांगल्या सवयी लागतात. उदा. चॉकलेट खाण्याची सवय किंवा न जेवता वरचे खाणे खाण्याची सवय याच वयात मुलाला लागते. वास्तविक, मुलांना चॉकलेट म्हणजे काय हे माहीत नसते. त्याला मांसाहार म्हणजे काय, बाप्पा म्हणजे काय इत्यादी गोष्टी माहीत नसतात. घरामध्ये मासे खाण्याची पद्धत असेल तर त्याला मासे खाण्याची सवय लागते. शाकाहाराची घरात सवय असेल तर तशी सवय लागते.

या काळात या गोष्टी महत्त्वाच्या असतात हे बऱ्याच जणांना माहीत नसते. मुलाची अनुकरणशीलता या वयातच सर्वांत जास्त असते, याबद्दलही पालकवर्गात जाणीव नसते. या वयातच मुलांना चांगल्या सवयी लावल्या पाहिजेत, असे सांगितल्यास सांगणाऱ्याची खिल्ली उडविली जाते. या लहान वयात मुलाचे निरीक्षण व त्यानुसार आचरण असते व त्यांचे परिणाम दूरपर्यंत राहतात; म्हणून याच वयात स्वच्छता, टापटीपपणा, चौरस आहार घेण्याची सवय, अपशब्द बोलण्याची सवय न लावणे हे पालकवर्गाच्या हातात असते. अर्थात, या वयात मुलाला लागलेल्या सवयींचा, परिणामांचा विचार मूल करत नसते; जर ती सवय काढून टाकली तर या वयातील मुले विशिष्ट सवय लगेच विसरतातही. उदाहरण द्यायचे तर एखाद्या मुलाला एखादी विशिष्ट भाजी न खायची सवय लागली तर ही भाजी खाण्याची सवयही त्याला या वयात लागू शकते. अर्थात, असे प्रयत्न झाले पाहिजेत. घरातील वडीलधाऱ्यांची तशी तयारी झाली पाहिजे. मूल नेहमी त्याच्या मनाप्रमाणे जो माणूस वागू देतो त्याचे ऐकते. तो माणूस त्याला जास्त प्रिय असतो.

नऊ महिने ते पाच वर्षांच्या वयाच्या काळात माणसाला जातीचा, धर्माचा शिक्का बसतो. तो ज्या कुटुंबात जन्मला त्या कुटुंबाची जात व धर्म त्याला आपसूकच मिळतो. या गोष्टी त्याच्या मनात इतक्या ठामपणे बिंबवल्या जातात की त्या पुढील आयुष्यात बदलणे सहजासहजी शक्य नसते. याच वयात मुलांना धर्मनिरपेक्ष व जातहीन बनवणे खरे तर शक्य आहे; पण धर्म व जातीच्या वडीलमाणसांच्या अंधाभिमानापोटी या गोष्टी शक्य होणार नाहीत. या वयात मुलाला धर्म म्हणजे काय? जातीचा उपयोग काय? माझा देश म्हणजे नेमके काय? इत्यादी गोष्टींचा पत्ता नसतो; पण या गोष्टींचा विचार करावयाला वाव न देताच मूल ठराविक धर्माचे व जातीचे होऊन जाते. मोठेपणी विचार न करता माथी पडलेल्या गोष्टींचे हे मूल कट्टर अभिमानी होते. इतकेच काय त्या अभिमानापोटी दुसऱ्या धर्मावर कुरघोडी करू लागते.

दुसऱ्या बाजूने विचार केल्यास असे दिसते की या वयात मुलाने आत्मसात केलेल्या इतर बाबींचे पालन मोठेपणी तो करतोच असे नाही. म्हणजेच विचारांती काही गोष्टींचा

त्याग करता येतो; पण धर्म व जात या गोष्टींचा त्याग करणे त्याला जमत नाही किंवा समाजरेट्यामुळे जमत नाही.

मुलाच्या जडणघडणीच्या दृष्टीने या कालखंडाचे महत्त्व पालकांना समजत नाही. पालकांना याबद्दल कथन केल्यास त्यांचे म्हणणे पडते की मुलांना इतक्या लहानपणी विचार करण्याची प्रवृत्ती असते काय? खरे तर विचार करण्याची प्रवृत्ती नसते किंवा विचार करण्याचे सामर्थ्य नसते म्हणूनच या कालखंडाला विशेष महत्त्व आहे. वडीलधाऱ्यांनी सांगितलेली गोष्ट ऐकायची हेच त्यांना समजते. वडीलधाऱ्यांचे प्रत्येक गोष्टीत अनुकरण करणे हे त्यांना उत्कृष्टपणे अवगत असते. म्हणूनच कोणत्या गोष्टी मुलांना शिकवावयाच्या, कोणत्या गोष्टी शिकवणे टाळायचे याचा विचार वडीलधाऱ्यांनी करणे गरजेचे आहे.

या कालखंडात अवगत केलेल्या गोष्टींचा ठसा आयुष्यभर राहतो, असे म्हटले तर ती अतिशयोक्ती होऊ नये. आता उदाहरणादाखल भाषाकौशल्याचा विचार करू. कोणतीही भाषा मोठेपणी शिकण्यामध्ये किती दमछाक होते हे आपण पाहतोय. या ९ महिने ते पाच वर्षांच्या कालखंडात मूल भाषा सहजपणे शिकते. मुलाला त्याची मातृभाषा शिकवावी लागत नाही. मूल सहजपणे जसजसे शब्द ऐकते तसतसे शब्द म्हणत जाते. हळूहळू ही शब्दसंपदा वाढते. साधारणत: दोन वर्षांचे मूल एखादे वाक्य बोलू शकते. मग याच प्रकारे कठीण शब्द व वाक्यरचना त्याच्या कानावर येते. या सर्व गोष्टीही मूल सहजपणे अवगत करते. यासाठी घरातील वडीलधारी माणसे मुद्दामहून प्रयत्न करताना दिसत नाही. म्हणजेच हे भाषाकौशल्य इतक्या सहजपणे मूल आत्मसात करते. एखाद्या वस्तूला आपण जे नाव ठेवू ते नाव मूल लक्षात ठेवते व पुन्हा तीच वस्तू त्याचे समोर आली की त्या शब्दाने त्या वस्तूची ओळख करून देते. थोडक्यात सांगायचे म्हणजे भाषाकौशल्यासारखी क्लिष्ट गोष्ट मूल सहज शिकते.

हे उदाहरण समोर असतानाही तसेच या कालखंडात शिकणे हे इतके सुलभ असूनही आपण मुलांना शिकवताना त्याचा फायदा करून घेताना दिसत नाही. मुलाला नको त्या गोष्टींची भीती घालणे, नको त्या गोष्टीबद्दल मान ठेवायला शिकविणे, धर्म, जाती याचा नको इतका अभिमान अंगी बाळगावयास लावणे याच गोष्टी मूल कसे शिकेल याकडेच आपले लक्ष असते.

याउलट, योग्य खाण्यापिण्याच्या सवयी, स्वच्छता, टापटीपपणाचे धडे, दुसऱ्यांशी कसे वागावे इत्यादी गरजेच्या गोष्टी आपण शिकवताना दिसत नाही. असे सुचविले तर आपण म्हणणार अजून मूल या गोष्टी शिकवायला लहान आहे. म्हणजे आपल्याला हव्या

असलेल्या गोष्टी शिकविण्यासाठी मूल लहान नसते. आपल्याला अडचणीच्या गोष्टी शिकवावयास हे मूल लहान असते. वडीलधाऱ्या मंडळींचा व्यवहार त्यांच्या सवडीनुसार असतो.

या कालखंडात मुलांचे प्रशिक्षण होत असते. प्रशिक्षणात विचारांची गरज नसते. पाहिलेली, ऐकलेली गोष्ट आत्मसात करणे इतकेच काम. आपला विचार करून त्यात भर टाकायची नसते; पण शिक्षणामध्ये हे अपेक्षित नाही. शिकताना आपल्या विचारशक्तीला ताण द्यावयाचा असतो. या वयात मूल शिकत नाही प्रशिक्षण घेत असते. ''बाप्पाला नमस्कार करा, न केल्यास बाप्पा रागावतो'' याउलट, विचार न आल्याने किंवा सुचवल्याने मूल नेमस्तपणे बाप्पाला नमस्कार करते. बाप्पा म्हणजे काय हेही मूल बरोबर लक्षात घेते व तशा प्रकारे मांडणी लक्षात आल्यास मूल सहजपणे नमस्कार करते. हे असे का, याचा विचार या वयात मुलाला अजिबात नसतो. 'उत्तिष्ठ, जाग्रत, मात्र अनुसर' असेच त्याचे चालू असते. अर्थात, जाग्रत म्हणजे विचार कर असे नाही, लक्ष दे असाच त्याचा अर्थ. मुलाला 'नीट लक्ष ठेव' याची आठवण करून द्यावी लागत नाही. त्याची नजर व कान अतिशय तीक्ष्ण असतात. त्याच्यासमोरील कोणतीही गोष्ट त्याच्या निरीक्षणातून सहज सुटत नाही.

याच आयुष्याच्या कालखंडात भीती, शिस्त व विविध सवयींचा श्रीगणेशा होत असतो. सहा महिन्यांपर्यंत मुलांना भीतीची जाणीव नसते. त्यानंतर भीती या संकल्पनेचा उगम होतो. नऊ महिन्यांच्या मुलाचा चेहरा ब्लँकेटने झाकला तर ते मूल ब्लँकेट काढण्याचा प्रयत्न करते. याच ९ महिने ते ५ वर्षांच्या कालखंडामध्ये मूल प्रत्येक गोष्टीची काळजी करते; बऱ्याच गोष्टींना घाबरते. याच दरम्यान बालकाला डॉक्टर, हॉस्पिटल तसेच इजा इत्यादी गोष्टींची सतत भीती वाटते.

या कालखंडातच मुलाला भीतीपासून मुक्ती किंवा त्याने कशाची भीती बाळगावी, कशाची भीती बाळगू नये, कोणत्या गोष्टीपासून सावध असावे इत्यादी गोष्टींचे पालकांनी शिक्षण देणे गरजेचे असते. मुलाला वाटणारी भीती समजून घ्यावी. भीतीकडे दुर्लक्ष करू नये किंवा त्याचा बाऊही करू नये. त्याच्या मनातून ती भीती कशी जाईल याचे मार्गदर्शन करावे. त्याचवेळी कोणत्या गोष्टीपासून सावध असावे याचे शिक्षण द्यावे. उगाच नसलेल्या गोष्टींची भीती घालू नये. उदाहरण द्यायचेच तर बरेचदा मुलांना जेवण योग्य प्रकारे घेण्यासाठी डॉक्टर इंजेक्शन देतील म्हणून भीती घालण्यात येते. खरे तर जेवताना प्रत्येक वेळी डॉक्टर येणार नसतो म्हणून मूल जेवण्यासाठी डॉक्टरची भीती घालणे योग्य नाही. आपण डॉक्टरसाठी जेवत नसून आपल्याला भूक लागते म्हणून जेवतो हे मुलाला पटवून देणे

योग्य होय. बरेचदा मुलांना सैतानाची व बागुलबुवाची भीती घातली जाते. या गोष्टी कधीच समर्थनीय नाहीत. घरातील मोठ्या माणसाचा भयगंड याच वयात मुलांच्या मनात भरविला जातो. घरातील ठराविक व्यक्तीला घाबरावे किंवा त्याची मुलाला भीती घालावी हे योग्य नाही.

अशा प्रकारे या कालखंडात पालकांनी सतर्कता दाखविल्यास बालकांमधील भीतीचे प्रमाण कमी होऊ शकते; पण असे प्रयत्न न झाल्यास मूल भीतीच्या दडपणाखाली राहते. या भीतीमुळे एक प्रकारची असुरक्षितता आणि कणखर मनोवृत्तीचा अभाव जाणवू शकतो. अशा प्रयत्नांमुळे बालक पूर्णपणे भयमुक्त होईल असे सांगता येत नाही कारण काही अंशी भयगंड प्रकृती ही जनुकांवर अवलंबून असते हेही ध्यानात घेतले पाहिजे. जनुकांमुळे माता-पित्यापासून आलेला भयगंड काही अंशी कमी करता येतो, इतकेच!

भयगंड वृत्ती कणखर करण्याच्या प्रयत्नात कधी कधी मुले नको इतकी कणखर, भयमुक्त होतात. त्यांना कोणाबद्दलही आदर राहात नाही. एक प्रकारचा 'आगाऊ' पणा अशा मुलांमध्ये येतो. या वयात आलेले आगाऊपण पुढील वयात कमी करणे वाटते तितके सोपे नसते. बहुधा ही मुले आगाऊच राहतात. म्हणजेच भयमुक्ती काढून टाकणे हे जितके गरजेचे तितकेच हे मूल आगाऊ होणार नाही ना, हा प्रश्न पालकांनी मनात आणला पाहिजे; नाहीतरी शेवटी पश्चात्ताप करण्याची पाळी येते.

भयमुक्त करताना याच वयात मुलाला शिस्त लावणे हेही महत्त्वाचे असते. या वयात लावलेल्या सवयी कायम राहण्याची शक्यता असते. शिस्त लावणे म्हणजे काय? शिस्त याचा अर्थ शिकवणे किंवा सूचना देणे; पण शिस्तीचा अर्थ शिक्षा असाच घेतला जातो. योग्य सवयी कोणत्या, अयोग्य कोणत्या हे पालकांनी ठरवावे व त्याप्रमाणे मुलाला सूचना द्याव्यात. उदा. चॉकलेटचे कागद कचऱ्याच्या डब्यात टाकण्याची सवय याच वयात लागू शकते. ज्या सवयींचा स्वतःला व समाजाला त्रास होणार नाही अशा चांगल्या सवयी या वयात मुलांना लावाव्यात. पालकांनी आपली वागणूक योग्य प्रकारे ठेवून मुलांसमोर उत्तम आदर्श ठेवल्यास मुलांना आपोआप चांगल्या सवयी लागतात. पालकांनी २-३ वेळा कागद कचऱ्याच्या डब्यात टाकलेले पाहिल्यास ९ महिने ते ५ वर्षांचे मूल पालकांच्या या वागणुकीचे अनुकरण करते. योग्य प्रकारे जेवणाची सवय या वयात लागू शकते. पालकांना असलेल्या अयोग्य सवयीही मुले सहजपणे उचलतात. घरात मोठ्या माणसांना उठसूठ शिव्या देण्याची सवय असेल तर अशा शिव्या द्यायला या वयाचे मूल सहज शिकते. बालवाडीत जाणारी मुले बाईंचे व इतर मुलांचे अनुकरण करतात.

म्हणूनच शिस्त लावण्याच्या दृष्टीने हा कालखंड महत्त्वाचा आहे. पालकांनी

आपल्यातील दोष हेरणे व शक्यतो हे दोष मुलांसमोर येणार नाहीत हे पाहिले पाहिजे; अर्थात, हे दोष किंवा अयोग्य वर्तनाची सवय काढून मुलांसमोर आदर्श वागणूक ठेवणे हे फारच कठीण असते; कारण या सर्व सवयी पालकांनाही त्यांच्या बालपणातच लागलेल्या असतात. पालकांच्या वागणुकीत सातत्य असणे हेही तितकेच गरजेचे असते. एक दिवस आदर्श वागणूक व दहा दिवस बेशिस्तीचे वातावरण घरात असेल तर मुलावर दहा दिवसांचाच परिणाम होतो.

शिस्त लावताना मुलाच्या माथी बरेच नियम न मारता काही ठराविक व थोडेच नियम ठेवावे. असे केल्याने अशा थोड्या नियमांचे पालन योग्य प्रकारे मुलाकडून होते, तसेच पालकांनाही या गोष्टीवर लक्ष ठेवणे सोपे जाते. या शिस्त लावण्याच्या काळात आई-वडिलांची एकवाक्यता असणे आवश्यक आहे. आई-वडिलांचीच नव्हे तर घरातील सर्वांची एकवाक्यता असणे आवश्यक आहे. उदाहरणार्थ - तीन वर्षांच्या मुलाला त्याच्या हाताने जेवायला शिकविण्याच्या आई-वडिलांच्या प्रयत्नात आजी-आजोबा मोडता घालू शकतात. त्यामुळे मुलगा हाताने जेवण्याची टाळाटाळ करू शकतो. मग अशी सवय लावणे आई-वडिलांना कठीण जाते. अशा प्रयत्नादरम्यान घरातील सर्वांचे सहकार्य असणे गरजेचे. अर्थात शिस्तीचा अतिरेक होणार नाही याची काळजी पालकांनी किंबहुना घरातील सर्वांनी घेणे गरजेचे. 'मुलगा' म्हणून वेगळी वागणूक देण्याचे प्रयत्नही घरातील वयस्कर मंडळींकडून होतात. 'अहं'ची जाणीव झालेल्या या मुलांना आपण मुलगा म्हणून फार महान वाटतो व त्यानुसार त्याची वागणूकही होऊ शकते.

काही वेळा शिस्त लावताना शिक्षा करण्याचे अवलंबन केले जाते. शिक्षा ही मारणे, दमदाटी करणे किंवा कोंडून ठेवणे यासारखी असू शकते. शिक्षेच्या माध्यमातून लावली जाणारी शिस्त ही चांगली म्हणता येत नाही. शिक्षेमुळे मुलांच्या आत्मसन्मानाला धक्का बसतो. त्यामुळे समजून सांगणे व समजून घेणे हे बरे! तीन वर्षांपर्यंतच्या मुलांना समजून सांगूनही कळतेच असे नाही. अशा वेळी मुलाच्या रडण्याला किंवा आक्रस्ताळेपणाला आपण बळी न पडता आपल्याला अपेक्षित वर्तन मुलाकडून करून घ्यावे. उदा. खोलीतून मुलाने बाहेर जाणे आपणास मान्य नसल्यास दाराला फळी लावावी. म्हणजे मूल खोलीतून बाहेर पडू शकणार नाही. म्हणजे आपणास अपेक्षित वर्तन मुलाकडून सहज होईल. मूल खोलीबाहेर येण्यासाठी रडेल पण त्याकडे दुर्लक्ष करणे इष्ट.

थोडक्यात, शिस्त लावणे म्हणजे शिक्षा करणे नव्हे हे लक्षात असावे. बऱ्याचदा या शिस्त लावण्याच्या प्रयत्नात मूल रागीट होते, अवज्ञा करते किंवा नकारात्मक वागणूक स्वीकारते. हे सर्व प्रयत्न मोठ्या माणसाची त्याच्यावर कृपादृष्टी होण्यासाठीच असतात.

शेवटी अशा अविचारी वागणुकीला मोठी माणसे म्हणजेच पालक घाबरतात व मुलाचे म्हणणे मान्य होते. मुलाला नियम हे त्याच्या भल्यासाठी असतात हे कळत नाही. आपल्या मनाविरुद्ध झालेल्या गोष्टी सहन न झाल्याने वरील गोष्टींचा आसरा घेण्याशिवाय मुलासमोर पर्याय नसतो. खरे तर ही वागणूक मोठ्या माणसांमध्येही दिसून येते; पण विचारांती भले काय व बुरे काय हे समजून आल्यामुळे मोठी माणसे माघार घेतात; पण मुलामध्ये ही सारासार विचार करण्याची कुवत नसल्यामुळे अशा प्रकारची वर्तन समस्या आढळते.

घरातील वयस्कर माणसे आपणास योग्य वाटणाऱ्या सवयी मुलांना लावतात. आपले मूल आपल्या विचारांच्या बाहेर जाऊ नये याची काळजी घेतली जाते. खरे तर मुलाने आपल्या विचारानुरूपच वागणूक ठेवावी हाच प्रयत्न पालकांचा मुलांना शिस्त लावताना असतो. मग मोठेपणी अशा मुलाला आपल्या विचारानुरूप वागणूक बदलल्यास पालकांची नाराजी पत्करावी लागते; म्हणून लहानपणापासून व्यापक विचारसरणीचेच विचार मुलांसमोर मांडणे हे उत्तम. या ९ महिने ते ५ वर्षांच्या कालखंडातही व्यापक वागणुकीचा आदर्श मुलांसमोर ठेवल्यास अतिशय उत्तम; पण हे सर्वसामान्यपणे दिसत नाही. आपल्या धर्माबरोबर इतर धर्मांचे ज्ञान किती मुलांना घरामध्ये दिले जाते याचा अभ्यास केल्यास प्रमाण अगदी नगण्य दिसून येईल.

आत्तापर्यंतच्या विवेचनावरून एक गोष्ट निश्चित की ९ महिने ते पाच वर्षे या कालखंडात माणसाच्या स्वभावाची घडण होते. याच वयात चांगल्या-वाईट सवयी लागतात. अंगठा चोखणे, नखे कुरतडणे, रागीट बनणे, ठराविक व्यक्तीचा अनादर, जेवणाखाण्याच्या सवयी अशा नाना बऱ्यावाईट सवयींचा श्रीगणेशा याच वयात होतो.

अंगठा चोखण्याच्या सवयीचा विचार केल्यास ही सवय बऱ्याच लवकर म्हणजे ३ महिने ते ६ महिन्यांतही लागते. अशा मुलांना तोंडात अंगठा ठेवल्याशिवाय झोपही लागत नाही. बऱ्याचदा मूल सुरुवातीला सहज म्हणून अंगठा तोंडात घालते. त्या वेळी त्याकडे लक्ष न दिल्यास या सहज प्रवृत्तीचे सवयीत रूपांतर होते; म्हणूनच जर सुरुवातीसच ही सवय लागते असे पालकांच्या लक्षात आल्यास त्यांनी ही सवय कशी मोडेल याकडे लक्ष दिल्यास ही सवय लागत नाही; पण बरेचदा मूल लहान आहे. अंगठा काढल्यास रडते, झोपत नाही इत्यादी कारणांमुळे पालक मंडळी त्याकडे दुर्लक्ष करतात आणि ही सवय दृढ होते. नंतर मोठेपणी ही सवय काढणे फारच कठीण जाते असे दिसून येते. पालकांच्या थोड्याशा बेपर्वाईमुळे मुलाच्या अंगी ही सवय लागते.

आता खाण्यापिण्याच्या सवयींचा विचार करूया. साधारणत: नऊ महिन्यांपर्यंत मुले भुकेच्या वेळी काही तोंडात घातल्यास ते खाते; पण नऊ महिन्यांनंतर पूर्वी जास्त

प्रमाणात मूल दूध पित असेल तर त्याला दूधच आवडते किंबहुना दूध सोडून इतर काहीही खाताना मूल कुरबुर करते; काही मुले उलटीही करतात. मग मूल अन्न खात नाही म्हटल्यावर पालक मूल उपाशी राहील म्हणून काळजीत पडतात. मूल उपाशी राहण्यापेक्षा दूध तरी पिऊ दे म्हणून दूध देतात. मग हे दूध अंगावरचे असते किंवा गाई-म्हशींचे अथवा पावडरचे असते. आपण अन्न खाल्ले नाही की आपणास प्रिय असलेली गोष्ट दूध मिळते असे म्हटल्यावर मूल अन्न खाण्याकडे पूर्णपणे दुर्लक्ष करते; तोंडात अन्न घेत नाही. मग पालक आणखी कष्टी होतात आणि मुलाला दुधाचीच सवय लागते. जर अंगावरच्या दुधाची सवय झाली तर ते पोटभरणीचे नसल्याने मूल भुकेले राहते आणि मूल चिडचिड करते आणि हे चक्र कायम राहते. पालक मंडळी पुरती हैराण होतात. परिणामत: मूल कुपोषित होते.

खाण्याच्या सवयी लावण्याचा प्रयत्न याच कालखंडात केला गेल्यास उत्तम. मुलाला भूक लागली असता जे अन्न आपण भरवतो ते तो गिळतो. काही वेळा अन्न न आवडल्यास मूल थोडा त्रागा करते पण शेवटी दुसरे काही न मिळाल्यास जे अन्न दिले जाते ते खाण्यावाचून त्याला पर्याय राहात नाही. त्याला सर्व अन्नपदार्थ खाण्याची सवय लागू शकते. 'सवय लागू शकते' हे म्हणण्याचे कारण बरेच पालक मुलाने एकदा तोंड वेंगाडले की तो अन्नपदार्थ त्याला देत नाहीत. मग मुलाला आवडणारा पर्यायी अन्नपदार्थ दिला जातो. काही वेळा पालकांना न आवडणारे अन्नपदार्थ मुलाला दिले जात नाहीत किंबहुना हे पदार्थ घरात केलेच जात नाहीत मग मुलाला देण्याचा प्रश्नच येत नाही. अशा पालकांची मुले ते ठराविक अन्नपदार्थ खात नाहीत. मुलाच्या खाण्याच्या विविध सवयी योग्य प्रकारे लागण्याचे हेच वय असते. या सर्व गोष्टींचा पालकांकडून गंभीरपणे विचार होत नाही. मूल लहान आहे त्याला अजून कशाचीच समज नाही. त्यामुळे त्याच्या कलानेच घेतलेले बरे, असा विचार पालकांमध्ये दृढ होतो.

खरे तर लहान मुलाला मुलगा असणे किंवा मुलगी असणे यातील फरक कळत नाही. पण या ठिकाणी पालकांकडून मुलाला श्रेष्ठत्व प्रदान केले जाते व मुलीला कनिष्ठत्व. मग त्यानुसार मुलाचे पालनपोषण होत असते. मुलांनी कोणती कामे करायची, मुलींनी कोणती कामे करायची याचे ठोकताळे पालकच मनाशी बांधतात. मग मुलांच्या मनात त्यानुसार गोष्टी याच वयात भरवून दिल्या जातात. भावी आयुष्यात याच मार्गदर्शनानुसार मुला-मुलींची घरातील वागणूक चालू राहते व मुलीला कमीपणा प्राप्त होतो. खरे तर पालकांनी मुलगा किंवा मुलगी यांना समान वृत्तीने पाहिल्यास श्रेष्ठ - कनिष्ठत्वाचा प्रश्नच उरणार नाही; म्हणजे स्वयंपाक मुलींनीच करावयाचा, बाहेरची कामे मुलांनी करावयाची

अशी विचारसरणी प्रचलित होणार नाही. मुलगा व मुलगी ही समान आहेत हे तत्त्व अनुसरायची सवय मुलांना लागेल आणि समाजातील एक मोठी समस्या दूर होईल. अर्थात, पालक सुजाण होणे हे फार महत्त्वाचे; नाहीतर मुलाचे कपडे त्याची बहीण धुणार असे चित्र दिसते; कारण मुलगा श्रेष्ठ!

अशा या संस्कारक्षम कालाचे महत्त्व प्रत्येकाने जपणे हितावह; पण या कालखंडाचे जडणघडणीचे दृष्टीने असलेले महत्त्व किती जणांना कळले आहे कोणास ठाऊक! मूल अजून लहान आहे. इतक्या लवकर त्याला काय कळणार? वगैरे प्रश्नच समाजमनात अजूनही दिसतात. सर्व अवयवांना जशी वेगवेगळी कामे करण्याची सवय याच वयात लागते तशीच सवय मेंदूलाही लागत असते. मेंदू नवनवीन विचार अवगत करून घेत असतो व नवीन विचार आचार चांगले-वाईट याचा विचार न करता आचरत असतो. याचाच फायदा पालकांनी घेऊन चांगले मन बनविण्याचा प्रयत्न करायला हवा.

या कालखंडात मनावर झालेले संस्कार पुसणे फार कठीण जाते. एखादी सवय ही वाईट आहे. हे मोठेपणी मुलाला कळून आले तरी ती काढून टाकणे फारच कठीण जाते. अर्थात हा बदल घडून येऊ शकतो; पण त्याला त्रास होतो. त्यासाठी मोठा मनोनिग्रह करण्याची गरज असते. असा मनोनिग्रह करण्याची प्रवृत्ती सहज प्राप्त होत नाही; त्या दृष्टीनेही या बालपणातील कालखंडाचे महत्त्व. 'आपण अमुक एक धर्माचे आहोत' हा विचार माणसाच्या मनात याच वयात स्थिर होतो. यामध्ये आपले काहीच कर्तृत्व नसते; पण त्याचा फाजील अभिमान मात्र अंगी जोपासला जातो व त्याची मोठेपणीही त्याचप्रमाणे वाटचाल चालू राहते. हा विचार बदलणे सहज शक्य असते का? थोडक्यात धार्मिक कट्टरतेचा श्रीगणेशाही याच वयात अंगी बाणवतो. सुजाण नागरिक बनवणे व बनणे हे या काळातील संस्कारांवर व निरीक्षण केलेल्या वस्तुस्थितीवर अवलंबून असते.

याच वयात बालकाला प्रत्येक नव्या गोष्टीचे कुतूहल असते. नवी गोष्ट पाहिली की ती हाताळणे, त्याचा अनुभव घेणे, ते आपल्या इंद्रियांना सुखकर आहे की अपायकारक आहे हे पडताळणे. त्यानुसार त्याचेपासून स्वत:ला दूर ठेवणे किंवा त्याचा जास्तीत जास्त उपभोग घेणे हे मूल ठरवत असते. काही वेळा हे अनुभव घेणे प्राणघातक होऊ शकते. म्हणूनच कोणत्या गोष्टीचा बालकाला अनुभव घेऊ द्यावयाचा, कोणत्या गोष्टीपासून त्याला दूर ठेवायचे हे पालकांनी पाहणे गरजेचे असते. विस्तव, विषारी पदार्थ, उंचावरून उडी मारणे, रस्त्यावरून चालणे या गोष्टींच्या घातकपणाचा अनुभव एकदा घेणेही प्राणघातक होऊ शकते. त्यामुळे या गोष्टीपासून मुलाला दूर ठेवणे किंबहुना अशा गोष्टींची भीती घालणे हे पालकांचे कर्तव्य आहे; पण बऱ्याच वेळा अशा गोष्टींकडे पालक म्हणावे तेवढे

लक्ष ठेवत नाहीत आणि अपघात होतात. मुलाचे कुतूहल शमवू नये हे जितके खरे तितकेच कोणत्या गोष्टीबद्दलचे कुतूहल ताणू नये हे पाहणे पालकाला समजलेच पाहिजे.

स्वत:ची काळजी घेऊनच कोणतेही धाडस करावे हे शिक्षण मुलांना पालक सहजच देत असतात; पण काही वेळा अतिरेकाला बळी पडल्यामुळे मुलाचे आपण नुकसान करत आहोत हे पालकांना समजत नाही.

येथे एक गोष्ट सांगावीशी वाटते. एका सिंहाचे पिल्लू एका धनगराला मिळाले. त्याने ते पिलू आपल्या शेळ्या-मेढ्यांसमवेत पाळले. आपल्या सभोवती या शेळ्या पाहून या पिलाचे वागणेही त्यांच्याप्रमाणे झाले आणि हा सिंहाचा छावा स्वत:ला बकरीच समजू लागला. असा हा संस्काराचा आणि सभोवतालच्या परिस्थितीचा परिणाम त्या छाव्यावर झाला. अर्थात, छाव्याची व माणसाच्या बालकाची तुलना करणे योग्य नाही. कारण बालक जसजसे मोठे होते तशी त्याची विचारशक्ती जागरूक होते. तो स्वत: विचार करतो आणि आपण कसे वागावयास हवे हे त्याला कळू शकते. त्याप्रमाणे तो आपली वागणूक बदलतो. अर्थात, बाजूच्या माणसांनी म्हणजेच पालकांनी त्याची ही वागणूकच योग्य असे त्याच्या मनात भरविल्यास हे मूल बदलेल असे नाही. अशा वेळी त्याची विचारशक्ती व आकलनशक्ती प्रभावशाली असेल तर मुलामध्ये बदल घडू शकतो.

आत्तापर्यंत आपण संस्कारांचे महत्त्व पाहिले; पण असे संस्कार न केलेल्या मुलांचे काय होते. संस्कार हे सांगून, शिकवून होतात किंवा चांगल्या वागणुकीचे उदाहरण मुलासमोर ठेवूनच होतात असे नाही. बऱ्याचदा आदर्श वागणूक असलेल्या पालकांच्या मुलांची वागणूक एकदम भिन्न असते. कधी कधी पालकांच्या विरोधी असते. आपले मूल आपल्याप्रमाणे वागते हे पाहूनही त्याचे वर्तन मोठेपणी सर्वस्वी विरोधी होते. याचे कारण पूर्वी सांगितल्याप्रमाणे मानवात असलेली विचारशक्ती. या विचारशक्तीमुळे पालकांचे वागणे मुलाला पटत नाही; म्हणूनच रुढीसंपन्न घरात बंडखोर माणूस तयार होतो किंवा उलटही परिस्थिती निर्माण होऊ शकते.

या चर्चेच्या अंती एक गोष्ट खात्रीने सांगावीशी वाटते ती म्हणजे माणसाची घडण ही त्याच्या विचारशक्तीनुरूप होत असते. चांगल्या वर्तनासंबंधी पालकांनी दिलेला उपदेश आणि आपल्या उत्तम वर्तणुकीतून मुलासमोर ठेवलेला आदर्श या गोष्टी जरी महत्त्वाच्या असल्या तरी वयोमानानुसार विचारशक्तीचा होणारा विकास आणि विचार करण्याची सवय याच गोष्टी माणसाच्या जडणघडणीसाठी महत्त्वाच्या आहेत. संस्कार संस्कार म्हणजे दुसरे तिसरे काही नसून सुसूत्रपणे विचार करण्याची वृत्ती वाढविणे हेच होय.

याच कालखंडात घरातील वातावरण खेळीमेळीचे राहणे गरजेचे असते. मोठ्या

माणसांवरील तणाव, त्यांच्यातील कलह, त्यांच्यातील मतभिन्नता या सर्व गोष्टींचे मूल निरीक्षक असते. या सर्व गोष्टींचा त्याच्यावर परिणाम होत असतो. मुलाच्या कोणत्याही निर्णयाबाबत एकवाक्यता असणे हे फार गरजेचे असते. मुलासंबंधी घरातील एखाद्या व्यक्तीने चुकीचा निर्णय घेतला तरी त्या चुकीच्या निर्णयाची चर्चा मुलासमोर होता कामा नये, याचे पथ्य घरातील सर्व वयस्करांनी पाळले पाहिजे. झालेल्या चुकीची चर्चा मुलाच्या पश्चात व्हावी. त्यावेळी सर्वांनी चर्चेत भाग घ्यावा. कोणतीही गोष्ट स्पष्ट बोलावी. उगाच मुलाच्या बाजूने झुकते माप दाखवण्याची किंवा अतिटोकाची विरोधी भूमिकाही घेणे बरोबर नाही. झालेल्या निर्णयाशी सर्वांनी बांधील असावे. त्यानुसारच पुढील मार्गक्रमण असावे. घरातील कलहाचा फायदा कसा घ्यावयाचा यामध्ये बालक वाक्‌बगार असते.

३

प्राथमिक शिक्षणाचा कालखंड

अलीकडे मूल अडीच वर्षांचे झाले की त्याला अंगणवाडीत घातले जाते. तेथे मुलाला विविध खेळ, गाणी म्हणणे इत्यादी गोष्टी शिकविल्या जातात. बहुधा मूल साडेतीन वर्षांपर्यंत या बालवाडीत असते. त्यानंतर त्याला शिशू व साडेचार वर्षांनंतर वरचा शिशुवर्ग यामध्ये टाकले जाते. या दोन वर्षांत मुलांना शाळेत शिकण्यासाठी तयार करण्यात येते. या शिशुवर्गाचा काळ तीन तासांचा असतो. थोडक्यात या कालखंडात अक्षर ओळख, परिसर ओळख, विविध खेळ, मुलामध्ये विविध कलांबद्दल आवड निर्माण करणे इत्यादी गोष्टींचा समावेश असतो. मुलाला वाचायला येईल इतपत अक्षरओळख केली जाते. या बालवाडी दरम्यान कुटुंब सोडून तिऱ्हाईत असलेल्या वयस्कर माणसाच्या व बालमित्रांच्या सान्निध्यात मूल येते. एकंदरीत समाजात कसे वागायचे व समाजाचे आकलन या बालवाडीच्या कालखंडात होत असते.

या बालवाडीच्या काळात अलीकडे अभ्यास घेण्याचा अतिरेक चाललेला दिसतो. यामुळे मुलाला अभ्यासात आवड निर्माण होण्याऐवजी अभ्यास हे एक ओझेच वाटू लागते. अभ्यास करणे ही सहजावस्था असते याचा विसर पडतो. अभ्यास कशासाठी करायचा हे समजत नाही. गुणवत्ता वाढावी हेच अभ्यासाचे एकमेव साध्य होते; पण जीवन संपन्न बनविण्यासाठी अभ्यास किंवा शिक्षण यांचा विसर पडतो. शाळेमध्ये एकत्र वागणाऱ्या मुलांना घरात जातीयता, स्त्री-पुरुष असमानता इत्यादी गोष्टी दिसतात. शाळेमध्ये या सर्व विषमता वाढवणाऱ्या गोष्टी टाकून देण्याचे शिक्षण मिळत असते, तरी घरात त्यानुरूप वागणे दिसत नाही. या विरोधाभासाने बालक संभ्रमावस्थेत जाते. योग्य काय व अयोग्य काय हे कळत नाही. कुटुंबातील व्यक्तींच्या पगड्यामुळे त्यांचेच मत त्याच्या मनावर बिंबून राहते व शाळेतील शिक्षण गुण मिळविण्यासाठीच आहे आचरणासाठी नाही; त्या दृष्टीने मुलाची वाटचाल होत असते.

शालेय शिक्षणाच्या या शिशुवर्गानंतर सुरू होणाऱ्या कालखंडात मूल खऱ्या अर्थाने समाजाच्या सान्निध्यात येते. आजपर्यंत याला कुटुंब व आजूबाजूचे किंवा नातलग मंडळी यांच्याच सान्निध्याचा लाभ होतो. ही सर्व माणसे मुलाकडे सहानुभूतीतूनच पाहत असत. आता या मुलाला शाळेतील वर्गमित्र, शिक्षक व इतर पालक यांचा सहवास घडतो. ही सर्व मंडळी नवीनच असतात. बालवाडीतील दोन ते तीन तासांदरम्यान मुलांच्या सहवासाची सवय झालेली असते; पण हा काळ बऱ्याच अंशी मौजमजेचा असल्यामुळे त्याचा परिणाम म्हणावा तेवढा होत नाही. बालवाडीचा काळही जास्तीत जास्त तीन तासांकरिता असतो. खऱ्या शालेय जीवनाला पहिलीपासूनच सुरुवात होते. शाळेची वेळ साधारण पाच तास असते. शाळेत अभ्यास शिकविला जातो. गृहपाठ असतो. परीक्षा असतात. हे सर्वच मुलाच्या दृष्टीने नवीनच असते. (अर्थात, अलीकडे बालवाडीतही परीक्षा सुरू झाल्या आहेत) या सर्व नव्या वातावरणात मूल भांबावून जाण्याची शक्यता असते. त्यातच हा अभ्यास आपण कशासाठी करतोय याची त्याला जराही कल्पना नसते.

अशा या विचित्र वातावरणात शिक्षकांची भूमिका फार महत्त्वाची. मुलांना अभ्यासात आनंद कसा मिळेल हे पाहणे इष्ट; पण पहिल्या दिवसापासून मार्कांची भाषा सुरू होते. प्रत्येक परीक्षेत मुलापेक्षा पालकांमध्ये मुलाच्या अभ्यासातील प्रगतीसंबंधी चर्चा होते. मग घरी अभ्यास घेणे सुरू होते. जर घरी अभ्यास घेण्यास सक्षम माणूस नसेल तर पहिलीपासून शिकवणी किंवा खासगी शिक्षणवर्गात टाकले जाते. या सर्व अभ्यासाच्या धबडग्यात मुलाला मैदानी खेळ खेळावयास किंवा कुटुंबांचे सान्निध्यात राहायला वेळ मिळत नाही. कायम अभ्यास किंवा खाणे किंवा झोप. घरी टी.व्ही. असतोच; मग अभ्यासाव्यतिरिक्त टी.व्ही. पाहणे हा आणखी एक नको तो छंद मुलाना लागतो. ज्या वयात मुलाने भरपूर खेळावे, मनमुराद वागावे अशी अपेक्षा असते त्या वयात या नको त्या गोष्टींची सवय मुलांना लागते. जसजसे मूल वरच्या वर्गात जाते तसतश्या या गोष्टी अधिक दृढ होतात.

खेडेगावातील मुलांचीही परिस्थिती याहून वेगळी नाही. अर्थात घरची परिस्थिती गरिबीची असल्यामुळे थोडा फरक पडतो; पण शाळा घरापासून दूर असल्यास या मुलांचा बराच काळ शाळेत जाणे-येणे यात खर्च होतो. इतके कष्ट घेतल्यावर घरी पोटभर अन्न मिळेल याची खात्री नसतेच. नशीब एक बरे सरकारने या मुलांसाठी शाळेत पोषण आहाराची सोय केली आहे. एकंदरीत शहर व खेडेगावातील शालेय शिक्षणाच्या काळात फार फरक नाही. फरक पडतो तो आर्थिक परिस्थितीमुळे. आर्थिक परिस्थिती चांगली नसलेली जी मुले अष्टपैलू असतात, त्यांच्यातील कौशल्यांना आर्थिक कमजोरीमुळे योग्य वाव मिळत नाही. मग या मुलालाच स्वतःची बुद्धी वापरून मार्गक्रमण करावे लागते. योग्य दिशेने बुद्धी चालविल्यास या वर्गातील बरीच मुले मोठेपणी चमकताना दिसतात.

शालेय शिक्षणाच्या कालखंडाचे विभाजन पूर्व माध्यमिक व माध्यमिक अशा दोन वर्गांत होते. पहिली ते सातवी प्राथमिक आणि आठवी ते दहावी माध्यमिक. पूर्व माध्यमिक कालखंडाला प्राथमिक शिक्षणकाळ असेही म्हटले जाते. प्राथमिक शिक्षण अगदी गरजेचे. या कालखंडात जीवनाच्या दृष्टीने आवश्यक, नागरिक होण्यासाठी आवश्यक शिक्षण दिले जाते. गणितात आकडेमोड, विविध गणितीय क्रिया, भूमितीतील आवश्यक क्षेत्रफळ, लांबी मोजण्यासाठी असलेले नियम शिकविले जातात. भाषेमध्ये वाचन-लेखनाबरोबरच व्याकरणही शिकविण्यात येते. वाचन शिकविल्यामुळे प्राथमिक शिक्षण पूर्ण केलेला माणूस मातृभाषेतील पुस्तक वाचू शकतो. भूगोलात आपला तालुका, जिल्हा, राज्य व देश यासंबंधी ओळख केलेली असते. इतिहासात ठळक घडामोडी असतात की यामुळे आपल्या संस्कृतीचे ज्ञान होते. विज्ञानात सर्वसामान्य जीवनविषयक विज्ञान शिकविण्यात येते.

अशा तऱ्हेने विविध विषयांचा अभ्यासक्रम तयार केलेला असतो. हे शिक्षण शिकविण्याचा हेतू मुलांना परीक्षेत उत्तम गुण मिळावे हा नसतो, तर हे शिक्षण आत्मसात करून त्याचा जीवनात जास्तीत जास्त वापर करावा हा असतो. अशामुळे मुलाची जडणघडणीची प्रक्रिया योग्य मार्गाने चालू राहते, पण वस्तुस्थिती नेमकी उलटी आहे. उदा. सहावीतील मुलांना सामान्य विज्ञानामध्ये लसीकरणाबाबत पूर्ण माहिती दिलेली असते, त्याचा उपयोग ही मुले पालक होतील त्या वेळी त्यांना व्हावा हाच मूळ हेतू असतो. अर्थात, मोठेपणी हा लहानपणी शिकलेला कार्यक्रम जसाच्या तसा लक्षात राहणे कठीण. पण त्याचे वरवरचे ज्ञान सातवी पास झालेल्या माणसाकडून अपेक्षित असते. पण हा लसीकरणाचा कार्यक्रम परीक्षेसाठीच तयार केल्यामुळे तो परीक्षेनंतर विसरला जातो. त्याचे महत्त्व काय हे सोईस्कररीत्या विसरले जाते. शाळेतील शिक्षकही मुलांना हा कार्यक्रम कशासाठी शिकावयाचा, त्याचे महत्त्व काय, हे सांगत नाहीत. सरकारी दवाखान्यात जिथे हा कार्यक्रम अमलात आणला जातो तेथे मुलांना घेऊन जात नाहीत. प्रत्यक्ष पाहिल्यामुळे गोष्ट जास्त लक्षात राहते. म्हणजेच उजळणी पाठ केल्याप्रमाणेच ते पाठांतर होते व काही काळानंतर विस्मृतीतही जाते. परिणामत: हा सातवीपर्यंत पास झालेला माणूस तसा कोराच राहतो.

खरे तर प्राथमिक शिक्षणक्रम अतिशय उत्तम प्रकारे तयार करण्यात आलेला आहे. सर्व प्रकारच्या नैमित्तिक व्यवहारात हा शिक्षणक्रम उपयुक्त आहे; पण दुर्दैवाने हे होत नाही. त्याचे महत्त्व ना पालकांना कळत ना शिक्षकांना! सर्वांची पाटी कोरीच; म्हणूनच शाळेत शिकवूनही बऱ्याच उच्चभ्रू समाजातील मुलांचा आहार सदोष असतो असे दिसून येते. त्याच्या अंगी उत्तम सवयी अभावानेच आढळतात. नागरिकाचे हक्क लक्षात राहतात पण कर्तव्यांचा सोईस्कर विसर होतो. भाषेच्या पुस्तकात जातीयता पाळू नये याचे धडे

असतात. मुले त्यानुसार आचरण करू लागली तर पालक त्यांना सुनावतात, 'ते सर्व पुस्तकात ठेवायचे' म्हणजे मग अशा शिक्षणाचा काय उपयोग?

प्रथम प्राथमिक शिक्षण कशासाठी, हे पालकांना योग्य प्रकारे पटवून दिले पाहिजे. त्याचा हेतू फक्त उत्तम टक्केवारी मिळवून पास होण्यासाठी नाही तर हे डोक्यात ठेवून त्यानुसार जीवनात आचरण करणे गरजेचे आहे, हे पालकांना वारंवार पटवून दिले पाहिजे. पालकांनाच जर प्राथमिक शिक्षणाचे महत्त्व पटले नाही तर मुलांना कसे पटणार?

आठवीपर्यंत कोणीही नापास होऊ नये किंवा कोणाला नापास करू नये हा नियम हास्यास्पद ठरविण्यात येतो. कारण शिक्षण हे पास व नापास ठरविण्यासाठीच आहे, असा भ्रम सर्वांचा झाला आहे. खरे तर या नियमाचा अर्थ असा आहे की, आठवीपर्यंत मुलांना अशा प्रकारे शिकवायचे आहे की त्यांची कधीही परीक्षा घेतली तरी अभ्यास न करता त्यांना सर्वसाधारण ज्ञान अवगत झालेले असले पाहिजे. या ज्ञानाचा, शिक्षणाचा उपयोग होणे जास्त महत्त्वाचे. या शिक्षणाचा उपयोग करण्यासाठी पालकांनी प्रयत्न करणे जास्त महत्त्वाचे.

या प्राथमिक शिक्षणाचा माणसाच्या जडणघडणीवर फार परिणाम होत असतो. ९ महिने ते पाच वर्षं या कालखंडात पालकांच्या वागणुकीचा परिणाम जितका होतो तसाच या काळातील शिक्षणाचा परिणाम अपेक्षित असतो. एकंदरीत हे शिक्षण अवगत होण्यासाठी पालकांकडून व शिक्षकांकडून योग्य प्रयत्न होत नाही. प्राथमिक शिक्षण नीट शिकविले जात नाही असे नाही. जे शिकविले जाते ते परीक्षेत उत्तम गुण मिळविण्याचे दृष्टीने ठीक; परंतु हे शिक्षण जीवन आमूलाग्र बदलून टाकू शकत नाही.

एकंदरीत प्राथमिक शिक्षण हे जडणघडणीत अतिशय महत्त्वाचे आहे. पण ते तितकेसे गंभीरपणे घेतले जात नाही. मला वाटते प्राथमिक शिक्षणाचे या दृष्टीने महत्त्व तितकेसे लोकांच्या लक्षात आलेले दिसत नाही. प्राथमिक शिक्षण आत्मसात करतानाही 'घोका व ओका' हीच पद्धत स्वीकारली गेलेली दिसते आणि घोकलेली कोणतीही गोष्ट मेंदूत पूर्णपणे शिरत नाही. परीक्षा संपली की विसरली जाते. तशातच या सर्व गोष्टी व्यावहारिक दृष्टिकोनातून शिकविल्या जात नाहीत. आता उदाहरणच द्यायचे झाल्यास चौरस आहाराचा धडा वाचून झाल्यानंतर चौरस आहाराची व्यावहारिक बाजू मुले डबा खात असता पडताळून पाहिली पाहिजे. प्रत्येकाने डब्यात काय आणले आहे? त्या प्रत्येक पदार्थात कोणकोणते अन्नघटक आहेत? यासंबंधी चर्चा होण्यास काहीच हरकत नाही. लसीकरणासंबंधी शिकविताना प्रत्येक मुलाचा लसीकरणाचा तक्ता (कार्ड) घेऊन येण्यास सांगून हे लसीकरण शिकविल्यास त्याची व्यावहारिक बाजू लक्षात येईल. लसीकरणाचा कार्यक्रम पाठ करण्याची गरज पडणार नाही. असे केल्याने प्राथमिक शिक्षणाचे महत्त्व सर्वांना समजून येईल. नुसते प्राथमिक शिक्षण प्रत्येक नागरिकाने घेतले पाहिजे असा कायदा करण्यात

काहीच अर्थ नाही. प्राथमिक शिक्षणाची गरज समाजाला समजली पाहिजे. जडणघडणीसाठी महत्त्वाची असलेली ही गोष्ट पूर्णपणे दुर्लक्षित आहे राहाता कामा नये.

याचा अर्थ प्राथमिक शिक्षण शिकवले जात नाही असा समज कोणीही करून घेऊ नये. काही उच्चभ्रू शाळांमध्ये हा अभ्यासक्रम उत्तम प्रकारे शिकविला जातो. त्यावर गृहपाठ दिला जातो. पण त्यासंबंधी व्यावहारिक पातळीवर वागण्याची वेळ येते तेव्हा या शिक्षणाचा वापर होताना दिसत नाही. व्यायामाचे महत्त्व, खेळांचे महत्त्व काय हे मुलांना सांगता येते; पण प्रत्यक्ष जीवनात हे मूल व्यायाम करताना अथवा खेळ खेळताना दिसत नाही.

या शालेय जीवनाच्या काळात शिक्षणाव्यतिरिक्त अनेक गोष्टींचे शिक्षण मूल सहजच घेत असते. मित्रांबरोबर वागणूक, शिस्त म्हणजे काय? स्वच्छता कशी राखावी? आपले कपडे कसे घालावे? पुस्तके कशी ठेवावी? आपल्या वस्तू कशा वापराव्यात? दुसऱ्याला कशी मदत करावी? रस्त्यात शिस्तीने वाहनांची काळजी घेऊन कसे चालावे? अशा नाना गोष्टींचे अप्रत्यक्षपणे मूल शिक्षण घेत असते. या व अशा सर्व गोष्टींत पालक, शिक्षक व समाज यांनी योग्य प्रकारे लक्ष घातल्यास चांगला नागरिक घडू शकतो. रांगेने जाणे, रस्त्यात न थुंकणे, स्वच्छतागृहांचा योग्य प्रकारे वापर करणे या मोठ्या माणसांत नसणाऱ्या सवयी या छोट्या मुलांना लागू शकतात.

या प्राथमिक शिक्षण घेणाऱ्या मुलांमध्ये अजूनही स्वत:ची अशी विचारशक्ती विकसित झालेली नसते. अजूनही चांगले-वाईट, फायद्याचे काय वगैरे विचार करणे मुलांना शक्य नसते. ही मुले अजूनही बऱ्याच बाबतीत मोठ्या माणसांवर अवलंबून असतात. किंबहुना मोठ्या माणसांचे अनुकरण करीत असतात. एखादी गोष्ट पालकांनी किंवा शिक्षकांनी करू नये असे सांगितल्यास त्याप्रमाणे वागण्याकडे त्याचा कल असतो. एरव्ही बाबांच्या किंवा आईच्या मागे चॉकलेट किंवा कॅटबरीसाठी हट्ट करणारे मूल तिऱ्हाईत माणसाने दिलेले चॉकलेट स्वीकारताना पालकांच्या संमतीची वाट पाहते. चॉकलेट घेताना त्याचे लक्ष पालकांच्या चेहऱ्याकडे असते. त्यांच्या अनुमतीची ते अपेक्षा करते. अर्थात, या काळात पालकांनी किंवा शिक्षकांनी या मुलाची विचारशक्ती विकसित करणे योग्य. नाहीतर माझे हे मूल माझ्या आज्ञेबाहेर नाही म्हणून ही मंडळी खूश व्हायची व आपल्या विचारांचा, स्वतंत्र विचारशक्ती नसलेला 'क्लोन' (प्रतिकृती) तयार करावयाची. आपली प्रतिकृती बनवण्यात बऱ्याच पालकांना धन्यता वाटते ही गोष्ट अलाहिदा! पण विचारशक्ती विकसित करणे हे महत्त्वाचे तत्त्व पालकांनी, समाजाने व शिक्षकांनी लक्षात ठेवणे गरजेचे आहे.

प्राथमिक शिक्षणाच्या कालखंडात शाळेत शिक्षण चालू असताना बरीच मुले एकत्र येतात. या मुलांचा सर्वसाधारण सरासरी बुद्ध्यंक १०० च्या आसपास असतो. काही मुले

थोडी जास्त बुद्ध्यंकाची, तर काही कमी बुद्ध्यंकाची असतात. शैक्षणिक अभ्यासक्रमात प्रभुत्व मिळविणाऱ्या मुलांचा बुद्ध्यंक उत्तम असतो असे नाही. अशा वेळी मुलाला कोणत्या गोष्टीत जास्त रस आहे याचे निरीक्षण पालक, शिक्षक यांनी करणे इष्ट. अभ्यास करण्याची आवड बऱ्याच मुलांना नसतेच असे मी ठामपणे म्हणतो. त्यापेक्षा खेळ, इतर कामांत मुलांना रस असतो; पण अभ्यास करण्याचे महत्त्व पालक व शिक्षकांकडून वरचेवर पटवून दिल्यामुळे काही मुले अभ्यासाकडे वळतात. महत्त्वाची गोष्ट जी पालकांनी व शिक्षकांनी लक्षात ठेवणे गरजेचे की, वर्गात पुस्तकी अभ्यासात वरचा क्रमांक मिळविणाराच विद्यार्थी हुशार हे समीकरण करता कामा नये. मुलांना उत्तम गुण मिळत नाहीत ती मुलेही हुशारीच्या बाबतीत कमी नसतात. प्राथमिक किंवा शालेय स्तरामध्ये सर्वसाधारण असलेल्या मुलांनी भविष्यात अफाट कर्तबगारी गाजविलेली आपणास दिसते. अशी अनेक उदाहरणे आहेत. त्याचबरोबर शालेय शिक्षणामध्ये उत्तम कामगिरी करणारी मुले भविष्यात सामान्यच आढळून येतात.

थोडक्यात प्राथमिक स्तरावर शिक्षण घेताना या अशा हुशारीला भुलून जाणे योग्य नाही हे पालक, शिक्षक यांनी ध्यानात ठेवावे, असे नम्रपणे सांगावेसे वाटते.

याच काळात मुलांचे जीवन अधिक भयमुक्त करणे हे पालक व शिक्षकांचे कर्तव्य आहे. मुलाला प्रश्नांची उत्तरे देण्यास भाग पाडावे व सर्व मुले आपल्या मनातील विचार भयमुक्त वातावरणात कसे मांडतील हे पाहावे. बरेच वेळा वर्गातील काही मुले बोलत नाहीत किंवा त्यांचा पुढे पुढे करण्याचा स्वभाव नसतो; म्हणून त्यांना शाळेतील उपक्रमांना डावी वागणूक मिळते. अशा मुलांना एक प्रकारच्या भीतीने ग्रासलेले असते. अर्थात, अशी भीती का निर्माण व्हावी याची अनेक कारणे घरापासून तर शाळा व समाजात असू शकतात. ती शोधून काढून त्याचे निरसन करणे हेही महत्त्वाचे आहे.

अशी भयगंडाने पछाडलेली मुले नंतर न्यूनगंडाने ग्रस्त होतात. एकदा का माणसाचा ताबा न्यूनगंडाने घेतला की त्याचा सहज विकास शक्य होत नाही. विकास होण्यासाठी त्या मुलांना प्रथम न्यूनगंडातून बाहेर यावे लागते. त्यासाठी त्याची बरीच शक्ती खर्च होऊ शकते; म्हणूनच प्राथमिक शिक्षणाचे कालखंडात मुले निर्भय झाली पाहिजेत. किंबहुना, प्राथमिक शिक्षणाचे ते एक उद्दिष्ट असले पाहिजे. मुलांना आदर व भीती यातील फरक स्पष्टपणे समजून देणे गरजेचे असते. आपली मते मांडल्यामुळे आपण कोणाचाही अनादर करीत नसतो. या विचारांचा श्रीगणेशा याच काळात झाला पाहिजे. एखादा शिक्षक आपली अशा प्रकारची प्रतिमा तयार करतो की, मुले त्याच्यासमोर भीतीपोटी बोलत नाहीत; यामुळे संवाद होत नाही. संवाद करण्याची सवय ही मुलांना अगदी लहान वयापासून लावणे गरजेचे. अर्थात, संवाद हा माणसाचा आदर ठेवूनच करावा. याचे कसब मुलांना शिकवणे गरजेचे. काही पालक व शिक्षकांना त्यांचेसमोर मुलांनी त्यांच्याविरुद्ध बोललेले

चालत नाही. मग ही मुले उद्धट गणली जातात. मग ''मी शेंगा खाल्ल्या नाहीत तर मी टरफलं उचलणार नाही'' असे सांगणारे टिळकही उद्धटच म्हणायचे का?

सध्या ऐरणीवरचा प्रश्न म्हणजे मुलांना कोणत्या भाषेत शिकवावे हा आहे. शास्त्रीयदृष्ट्या प्राथमिक शिक्षण हे मातृभाषेतच दिले जावे. हे त्रिकालबाधित सत्य असले तरीही मुलांना इंग्रजी माध्यमांच्या शाळांत घालण्याचे वेड अगदी सुशिक्षित पालकांपासून अशिक्षित पालकांपर्यंत दिसून येते. इंग्रजी माध्यमात जर प्राथमिक शिक्षण द्यावयाचे असेल तर त्या शाळेत शिकविणाऱ्या शिक्षकांचे तसेच पालकांचे इंग्रजी भाषेवर चांगले प्रभुत्व असणे गरजेचे; पण महानगरातील काही शाळा व छोट्या शहरांतील एखादी शाळा वगळता इंग्रजीवर प्रभुत्व असलेला शिक्षकवर्ग आढळत नाही. अनेक पालकांचा तर इंग्रजी भाषेच्या ज्ञानाबद्दल उजेडच असतो. मग प्राथमिक स्तरावरील साधे साधे विषय इंग्रजीतून समजून देताना पालकांची गडबड होते. या गोष्टी समजावून देण्यासाठी मातृभाषेचा आधार घेतला जातो. मग या मुलांचे इंग्रजीही कच्चे असते व मातृभाषाही. ही मुले सातव्या इयत्तेनंतरही इंग्रजीमध्ये उत्तम प्रकारे संवाद करू शकत नाहीत.

अशा तऱ्हेने जडणघडणीमध्ये भाषा महत्त्वाची असते. घरी संवाद मातृभाषेतून व शिक्षण इंग्रजीतून. या गोंधळात सर्वच विषय कच्चे राहतात. कोणत्याही विषयाचे आकलन होत नाही. विशेषत: गणित व विज्ञान या विषयांची समज साधारण राहते. या विषयांचे आकलन कमी झाले असल्याने प्राप्त झालेले तुटपुंजे ज्ञान व्यवहारात आणणे ही गोष्ट फारच कठीण जाते. म्हणूनच जडणघडणीसाठी प्राथमिक शिक्षण मातृभाषेतून घेणे हे तंत्र सर्वांनी आत्मसात करावे; पण इंग्रजी बोलणाऱ्याला जास्त प्राप्ती होते, त्याचा मुलाखतीमध्ये चांगला प्रभाव पडतो असे एक सर्वसाधारण मत झाले आहे. या भयगंडातूनच इंग्रजी माध्यमाचे वेड पालकांना लागले. त्यामुळे अगदी खेडोपाडीही इंग्रजी माध्यमाच्या शाळा निघत आहेत. पहिलीपासून इंग्रजी शिक्षण सुरू आहे; पण यामधून तयार झालेल्या मुलांचे इंग्रजीवर पाहिजे तितके प्रभुत्व दिसत नाही. इंग्रजी माध्यमासाठी गरज असणारा, सहज इंग्रजीमधून शिकवू शकणारा, शिक्षकवर्ग अजून तरी सर्व ठिकाणी उपलब्ध नाही. त्यामुळे इंग्रजी माध्यमातील मुलांची अवस्था फारच विचित्र आहे.

इंग्रजी या भाषेवर किंबहुना कोणत्याही त्रयस्थ भाषेवर प्रभुत्व मिळवणे हे जीवनात केव्हाही शक्य असते; पण त्यासाठी जरूर असलेले प्रयत्न योग्य प्रकारे होताना दिसत नाहीत. इंग्रजीबद्दल मुलांमध्ये भयगंड दिसतो व या भयगंडातून आपणास इंग्रजी येत नाही म्हणून न्यूनगंड तयार होतो. आपल्या समाजात इंग्रजी बोलणाऱ्यांना फारच मान दिला जातो. मग तो इंग्रजी कसे बोलतोय याकडे फार लक्ष दिले जात नाही. इंग्रजी न येण्यामुळे आपल्या मुलामध्ये निर्माण होणारा किंबहुना पालकांमध्येही असलेला न्यूनगंड काढणे हे महत्त्वाचे काम प्राथमिक शिक्षणाच्या या कालखंडात करावयास हवे.

त्यातच आपल्याकडे इंग्रजी शिकविण्याची पद्धत योग्य नाही. कोणतीही नवीन भाषा प्रथम बोलायला शिकवायची व नंतर तिच्या व्याकरणाचा अभ्यास करावयाचा. हा भाषा शिकण्याचा नैसर्गिक क्रम; पण मुलांना आधी व्याकरण व नंतर भाषा बोलावयास शिकविली जाते. त्यामुळे मूल व्याकरणदृष्ट्या चूक न करता बोलण्याच्या प्रयत्नात घाबरून जाते व त्याचा बोलण्याचा प्रयत्न खुंटतो. इंग्रजी शिकविण्याची पद्धत बदलल्यास मुलामधील घाबरण्याचे प्रमाण कमी होईल. इंग्रजी या विषयाचा बागुलबुवा वाटणार नाही.

या जडणघडणीच्या कालखंडात पालक व शिक्षक यांची जबाबदारी फारच महत्त्वाची आहे. जबाबदारी पेलण्यात चुका झाल्या तर मुलाच्या जडणघडणीत आमूलाग्र बदल घडून येऊ शकतो. प्राथमिक शिक्षण कशासाठी हे पालक व शिक्षकांनी समजून घेतले पाहिजे. गुण मिळविणे हे आद्य कर्तव्य असता कामा नये, तर हे प्राथमिक शिक्षण मुलाच्या आचरणात दिसले पाहिजे. जीवनातील वागणुकीचे हे अविभाज्य अंग झाले पाहिजे. या महत्त्वाच्या गोष्टी पालक व शिक्षक समजून घेतील तर उत्तम नागरिक बनण्यास प्राथमिक शिक्षण उपयुक्त होईल.

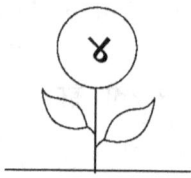

४

माध्यमिक शिक्षणाचा कालखंड

माध्यमिक शिक्षणाचा कालखंड इयत्ता आठवीपासून दहावीपर्यंत म्हणता येईल. साधारणत: यामध्ये १३ ते १६ वयोगटातील मुलांचा समावेश असतो. या कालखंडातील शिक्षण हे जीवनावश्यक म्हणणे योग्य होणार नाही; पण आठवी ते दहावीचे शिक्षण पुढील शिक्षणासाठी किंवा पदवी संपादन करण्याच्या दृष्टीने किंवा उद्योगधंद्यासाठी गरजेचे असते. उच्च शिक्षण घ्यावयाचे असल्यास या शिक्षणाचा उपयोग होतो. भाषा, समाजशास्त्र, गणित व विज्ञान या विषयांतील क्लिष्ट विषयांची तोंडओळख या कालखंडातील शिक्षणाद्वारे करून देण्यात येते. हे शिक्षण सहजसाध्य नाही. यासाठी शिकवणे हे जितके गरजेचे तितकेच शिकवलेल्या गोष्टींचा घरी अभ्यास करणेही महत्त्वाचे असते. अभ्यास केल्यानंतरच या विषयांचे आकलन योग्य प्रकारे होऊ शकते. हाच प्राथमिक शिक्षण व माध्यमिक शिक्षणामधील फरक आहे. म्हणूनच या कालखंडात घरी अभ्यास किंवा गृहपाठ हा महत्त्वाचा असतो. जे विद्यार्थी गृहपाठ करत नाहीत त्यांना म्हणावे तसे विषयांचे आकलन होत नाही.

हा झाला शिक्षण अभ्यासक्रमांचा विचार. याच कालखंडात मूल स्वतंत्रपणे प्रत्येक गोष्टीचा विचार करावयास लागते. कोणती गोष्ट चांगली, कोणती वाईट? याचा ते त्याच्या संदर्भानुसार निर्णय करीत असते. घरी पोट भरत नसेल तर चोरी करून पोट भरावे हा विचार त्याच्या मनात येऊ शकतो व चोरी करून सहज चांगल्या गोष्टी प्राप्त होत असतील तर अशा मुलाला चोरी करणे योग्य वाटते व त्याचे अभ्यासाकडे दुर्लक्ष होऊ शकते. आपले पालक, आपले नातेवाईक, मित्रवर्ग व जग यांचा वेगवेगळ्या संदर्भानुसार मूल विचार करते. पालकांच्या व शिक्षकांच्या वागण्यावर त्याचे बारीक लक्ष असते. संवेदनशील मनावर या सर्व गोष्टींचा जास्तच सखोल परिणाम होतो.

तसे पाहिले तर सर्व मुलांचा बुद्ध्यंक सारखाच असतो. सरासरीपेक्षा जास्त बुद्ध्यंक

असलेल्या मुलांचे प्रमाण कमी असते. असे असताना मुलांच्या टक्केवारीत फरक का पडतो? काही मुले अभ्यासक्रमातील गुणवत्तेत अग्रक्रम घेतात तर इतर बरीच मुले मागे पडतात. मला वाटते प्रत्येक मुलाच्या घरचे वातावरण, त्याची अभ्यास करण्याची आवड, सर्वांत महत्त्वाचे म्हणजे त्याची स्वत:ची विचारशक्ती या गोष्टी असतात. काही मुलांना 'घोका व ओका' ही निरस पद्धत आवडत नाही. काहींना अभ्यास करणे हे शिक्षेसमान वाटते; पण ही अभ्यासात मागे असणारी मुले काही खास कामात फारच आघाडीवर असतात. काही चित्रकलेत, काही खेळात, काही संगीतात तर काही हस्तकलांमध्ये अग्रेसर असतात. मूल कशामध्ये प्रावीण्य मिळवू शकते याचा अभ्यास पालक व शिक्षक यांनी एकत्रित बसून करायला हवा. मुलाला रस असलेल्या गोष्टीत वाव देऊन, कर्तृत्व दाखविण्याची संधी देऊन खास कलेत त्याचा विकास कसा होईल हे पाहणे महत्त्वाचे. नाहीतर अशा मुलांना अभ्यासाच्या जोखडाखाली बांधून त्यांच्या दृष्टीने नीरस काम करायला लावणे हे योग्य नाही.

सद्य:स्थिती अशी आहे की प्रत्येक मुलाचे हित त्याने अभ्यासात उत्तम गुण मिळविल्यासच होणार असे पालकांना वाटते. मग गुण मिळविण्यासाठी खासगी वर्गात घातले जाते. अर्थात, शाळा व खासगी वर्ग यात फार फरक नसतो. प्रत्येक खासगी वर्गातही ५० मुले असतात. म्हणजे प्रत्येक मुलाकडे वैयक्तिक लक्ष देणे शाळेप्रमाणे खासगी वर्गातही जमत नाही. त्यातच मुलांना भरपूर गुण द्या, या नियमानुसार थोडा अभ्यास करून किंवा परीक्षेसाठी जुजबी पाठांतर करून भरपूर गुण मिळू शकतात. खासगी वर्गात तशा प्रकारची टाचणे दिली जातात. या सर्व बाबींमुळे दहावीपर्यंत सामान्य मुलांनाही (अभ्यासात रस नसणाऱ्या) भरपूर गुण मिळतात. आपले मूल हुशार आहे अशी पालकांची व शिक्षकांची खात्री होते; पण हे अभ्यासाचे गणित पुढील अभ्यासक्रमासाठी उपयोगी पडतेच असे नाही.

शाळेत प्रत्येक वर्गात पन्नास ते साठ मुले कोंबलेली असतात. अर्थात, ही परिस्थिती खेडेगावातील शाळेत नसते; पण तेथे शाळेत पोहोचायला बऱ्याच मुलांना एक ते दीड तास आधी निघावे लागते. घाटी डोंगर चढून शाळेत पोहोचेपर्यंत अभ्यासातील उत्साह संपतो. शहरामध्ये वर्गातील मुलांची संख्या हा अभ्यासात रस निर्माण होण्यास अडसर होऊ शकतो; तसे पाहिले तर खेडेगावातील परिस्थिती वेगळी असली तरी घरातील परिस्थितीमुळे मुले योग्य प्रकारे गृहपाठ व सराव करू शकत नाहीत. शहरात व्यक्तिगत लक्ष देणे शक्य नसते. एकूण दोन्ही ठिकाणी शिक्षणाचा खेळखंडोबाच!

माध्यमिक शिक्षणाचा स्तर प्राथमिक शिक्षणाहून उच्च असतो. अर्थात, हे शिक्षण जीवनावश्यक नाही; पण विविध विषयांच्या उच्च शिक्षणाला हे शिक्षण पायाभूत होते इतकेच. अर्थात, हे आधी सांगितलेले आहेच.

याच कालखंडात मानसिक वाढ झपाट्याने होत असते. मला सर्व समजते, कोणीही मला काही सांगण्याची गरज नाही ही विचारप्रणाली मुलाचे मनात जम धरू लागते. आठवीपासूनच या प्रक्रियेला सुरुवात होते. मित्रांची वागणूक आदर्शवत वाटते. त्याच्याप्रमाणे वागण्यात मजा वाटते. आई-वडिलांनी सांगितलेल्या गोष्टी न ऐकण्याकडेच मुलांचा कल असतो. त्यातच शारीरिक बदल घडून येत असतात. वयात येण्याची क्रिया चालू असते. आपल्यामध्ये हे बदल का होतात याचे कारण मुलांना कळत नाही. त्यामुळे गोंधळच उडालेला असतो. या सर्व गोष्टी जडणघडणीच्या दृष्टीने महत्त्वाच्या असतात.

मुलीमध्ये वयात येण्याची प्रकिया १२-१३ व्या वर्षी सुरू होते. दर महिन्याला पाळी येण्याचा त्रास सहन करावा लागतो. त्या वेळी घ्यावयाची काळजी याबद्दल घरात व समाजात वेगवेगळी मते प्रचलित असतात; मुलांबद्दल आकर्षणही वाटते. शरीरात होणारे इतर बदलही गोंधळवून टाकतात. मुलांमध्ये हीच प्रक्रिया १५-१६ व्या वर्षी सुरू होते. मुलींच्या सहवासात राहावयास आवडते; पण त्याचे प्रकटीकरण करताना लाज वाटते. एकंदरीत मनात गोंधळच चालू असतो.

थोडक्यात, मानसिकदृष्ट्या हा गोंधळवून टाकणारा कालखंड. या दरम्यान जर योग्य मार्गदर्शन मिळाले नाही किंवा योग्य प्रकारे संवाद झाला नाही तर मोठा अनर्थ घडण्याची शक्यता असते. मुलींवर अनेक निर्बंध या वयात टाकले जातात. त्या मानाने मुलाची परिस्थिती बरी असते. योग्य जडणघडणीसाठी निर्बंध टाकणे हे योग्य नाही. वयात होणारे बदल का होतात? जीवनात या बदलांचे महत्त्व काय? हे पालक व शिक्षक यांनी मुलांना समजावून सांगितले पाहिजे.

लैंगिक बदल वंशसातत्य टिकवून ठेवण्यासाठी होत असतात. सर्वच माणसांना या प्रक्रियेतून जावे लागते. प्राणी व माणूस यांची तुलना करून माणूस प्राण्यापेक्षा कसा वेगळा आहे. माणसाची वागणूक पशूवत होणे अपेक्षित नाही. पशूप्रमाणे कुठेही लैंगिक चाळे करणे योग्य नाही. या लैंगिक संबंधांना शिस्त असावी. स्त्री व पुरुष यांचे वागणे अदबशीर असावे. एकमेकांना मान देणे हे महत्त्वाचे. नाहीतर पुरुषप्रधान संस्कृतीत मुलांना आपण महान वाटतो व स्त्रीला दुय्यम वागणूक देण्याची पद्धत रक्तात भिनते. अर्थात घरामध्ये जी चाल प्रचलित असेल तीच बालमनावर संस्कारित होते. आपल्याकडे पुरुषप्रधान संस्कृतीमध्ये घरात पुरुषांना मान दिला जाई. बाबा आईच्या मताला किंमत देत नाहीत. आईला फार कळत नाही अशी बाबांची भूमिका असेल तर मुलामध्ये तीच विचारसरणी घर करून राहते. मग भावाची बहिणीबरोबर किंवा आईबरोबर वागणूक तशीच होते. बहिणीला त्याच्यालेखी फार किंमत राहत नाही. या सर्व विचारसरणीचा पाया याच कालखंडात निर्माण होत असतो.

या पार्श्वभूमीवर माता-पित्यांनी मुलाच्या मनातील अहंभाव व मुलीच्या मनातील

न्यूनगंड काढून टाकण्याचा कसोशीने प्रयत्न केला पाहिजे. त्यामुळे समाजात स्त्रीला दुय्यम वागणूक मिळण्याचे प्रमाण कमी होईल. मग स्त्री-पुरुष समानत्वासाठी प्रचार करावा लागणार नाही.

घरातील वातावरण या दृष्टीने बदलणे गरजेचे. या कालखंडातील मुलांचे घरातील मोठ्या माणसांवर लक्ष असते. अर्थात तसे सर्वच काळात असते. पण या काळात मुले अतिशय बारकाईने घरातील वरिष्ठांच्या वागणुकीवर लक्ष ठेवत असतात. या सर्व गोष्टींचा मूल विचार करते व त्याचे स्वार्थी बालमन त्याला योग्य असणारा मुद्दा त्यातून उचलते. या दृष्टीने आपल्याकडे मुलांनी ठराविक कामेच करावीत, मुलींनी स्वयंपाकघरातील कामे करावीत असा अलिखित नियम. त्या नियमांचे पालन मुलगे तंतोतंत करतात व मुली मनामध्ये नसूनही हे काम करण्यास आपसूकच तयार होतात. अशा प्रकारची कामातील वाटणी योग्य नाही. पण वर्षानुवर्षं चालत आलेल्या रीतीनुसार हे होत असते. यामध्ये बदल करण्याची प्रवृत्ती जर घरातील वरिष्ठांनी ठेवली, उदा. घरातील कामात आईला बाबा मदत करत असतील तर हा धडा मूल आपसूकच उचलते. त्याच्या भावी आयुष्यात तो या शिरस्त्याचे पालन करतो. त्या वेळी त्याच्या पत्नीला मला मदत करा असे सांगण्याची वेळ येत नाही. या मुलाच्या वागणुकीतील सहज घटनांमुळे मूल बदलून जाते. आपल्याला मुलगी म्हणून जी वागणूक मिळाली ती आपल्या मुलीला मिळू नये असे प्रत्येक आईने ठरविल्यास सहजच बदल दिसून येतील; पण आईही मुलगा व मुलगी यांचेशी वेगवेगळी वागणूक करते. म्हणजे बदल दिसून येत नाही. विशेषत: ज्या स्त्रिया घराबाहेर काम करतात त्यांनी हा बदल स्वत:च करून घेणे योग्य.

खेडेगावात घराघरांत बायका स्वयंपाकही करतात. शेतीच्या कामालाही जातात व पुरुषांची सेवाही करतात. पुरुषांची सेवा म्हणजे त्यांचे कपडे धुणे, अंघोळीकरता पाणी देणे, जेवायला वाढणे, वगैरे. खरे तर या बायका पुरुषांपेक्षा बऱ्याच परीने जास्त काम करतात. त्यामुळे त्या कृश असतात; पण त्या आपल्या मुलीकडून हीच अपेक्षा करतात. याच स्तरावंर विचारसरणीत बदल झाल्यास मुलगा व मुलगी यांची जडणघडण योग्य प्रकारे होईल.

मुलगा व मुलगी यांना शिक्षण देतानाही अशाच प्रकारची विचारसरणी दिसून येते. मुलांना शिक्षण दिले जाते. बऱ्याचदा असे निदर्शनास आले आहे की मुलाला इंग्रजी माध्यमांच्या शाळात घालतात तर मुलींना मराठी किंवा उर्दू माध्यमाच्या शाळेत घातले जाते. खेडेगावात मुलांना १० वी नंतर कॉलेजात टाकले जाते; पण मुलींना घरीच ठेवले जाते. त्यानंतर त्यांचे लग्न लावून दिले जाते. लायकी असूनही मुलींना उच्च शिक्षणापासून वंचित ठेवल्याची अनेक उदाहरणे समाजात दिसून येतात. अशा प्रकारचे भेद केल्याने मुला-मुलींच्या जडणघडणीत फरक पडतो. अर्थात, या स्त्रिया आपल्या पालकांच्या अशा

वागणुकीमुळे मागे पडतात त्यांनी तरी सुज्ञपणे विचार करून आपल्या मुलीला अशा प्रकारची वागणूक देण्याचे कटाक्षाने टाळले पाहिजे. या सर्व गोष्टींचा श्रीगणेशा याच काळात घातला जातो. याच काळात मुलीकडे योग्य प्रकारे लक्ष देण्याची गरज असते. अर्थात अशा विचारसरणीला अलीकडे बराच छेद मिळत आहे. हळूहळू विचारसरणीमध्ये बदल होत आहे; पण फरक म्हणावा तितका झपाट्याने होताना दिसत नाही.

याच काळात मुलाचे व्यायाम व आहार याकडे दुर्लक्ष होताना दिसते. मुले मैदानी खेळ जवळजवळ विसरलेली दिसतात. शाळा, खाजगी वर्ग व टी.व्ही. या गोष्टींमुळे खेळ दोन हात लांब राहात आहेत. खाजगी वर्गात जायलाही दुचाकीचा वापर होताना दिसतो. पालक मुलांना शाळेत किंवा खाजगी वर्गात पोहोचविण्यास जाताना दिसतात. भाज्या खाण्याचे महत्त्व याही कालखंडात पटवून देणे शक्य आहे. प्राथमिक शिक्षणाच्या कालखंडात मुले आई सांगते म्हणून भाज्या खातात. त्यांना त्याचे महत्त्व आई सांगते म्हणून असते; पण या कालखंडातही विविध भाज्या खाण्याची सवय लागल्यास त्याचा परिणाम जास्त प्रभावी होत असतो. मुलाला हातात पैसे मिळाल्यास बाजारातील विविध खाद्यपदार्थ खाण्याची चटक लागते.

खेडेगावात याउलट परिस्थिती. शाळेत जायला व यायला इतके कष्ट पडतात की, आणखी खेळ खेळण्याचा त्राणच मुलांमध्ये नसतो; जे मिळेल ते खाणे. खिशात पैसे मिळण्याची शक्यता फारच कमी. म्हणजे शहरात काय किंवा खेड्यात काय खेळाबाबत उदासीनताच दिसून येते. खेड्यातील मुलांच्या काटक प्रकृतीचा विविध मैदानी खेळांसाठी उपयोग करून घेणे शक्य असते; पण याबाबत ही उदासीनता दिसून येते. पुस्तकी शिक्षणाला सर्व ठिकाणी महत्त्वाचे स्थान असल्याने ही दारुण अवस्था दिसते.

या कालखंडात व्यक्तिगत स्तरावर लक्ष देणे गरजेचे; पण खेड्यात काय किंवा शहरात काय आई-वडील दोघेही काम करतात. अर्थात कुटुंब चालविण्यासाठी ते गरजेचेही असते. त्यामुळे मुलाकडे खास लक्ष देणे पालकांना शक्य होत नाही. शाळांतील पालक सभांना १०० टक्के हजेरी कधीच असत नाही; हजर असलेली मंडळी श्रवणाचे काम करताना दिसतात. प्रभावीपणे विचार मांडण्याची प्रवृत्ती पालकांमध्येही दिसत नाही. मुलांना सर्व प्रकारच्या सुविधा पुरविणे व खाजगी वर्गात अधिक शिक्षणासाठी टाकणे हे पालकांचे इतिकर्तव्य होते. या शिक्षणाचा मुलावर विकासात्मक परिणाम होतो काय? नैतिकतेमध्ये मुलांची प्रगती कुठवर आहे? खाजगी वर्गात काय शिकवितात? या सर्व गोष्टी जाणून घेण्याबाबत पालकांची उदासीनता दिसते. मुलाने गुण मिळवणे हेच अंतिम ध्येय. मग जीवनाच्या विविध अंगांमध्ये त्याचा विकास कितपत झालाय हे जाणण्याची गरज या पालकांना महत्त्वाची वाटत नाही.

भयगंड घालविण्याची सुरुवात मूल ९ महिन्यांचे असल्यापासून झाली पाहिजे, हे

मागे सांगितलेच; पण या कालखंडात भयगंड घालविण्यासाठी खास प्रयत्न होणे गरजेचे. भयगंड घालविणे म्हणजे मुलांना आगाऊ बनविणे असा त्याचा अर्थ नाही पण समोरील व्यक्ती वयाने, मानाने, अधिकाराने किंवा धनाने कितीही मोठी असली तरी आपल्या मनातील शंका निर्भयतेने त्यांना विचारणे ही गोष्ट मुलाच्या मनात ठसविली पाहिजे. अर्थात असे मत मांडताना किंवा शंका विचारताना आगाऊपणा अजिबात व्यक्त होता कामा नये. समोरच्या माणसाबद्दल योग्य तो आदर ठेवणे अत्यंत गरजेचे आहे. हे मुलाच्या मनात ठसविले पाहिजे.

ही निर्भय वृत्ती तयार होण्यासाठी प्रथमत: पालकांकडून प्रयत्न होणे गरजेचे. आपल्या मनातील कोणतीही शंका पाल्याने पालकांसमोर निर्भयपणे मांडावयास शिकणे आवश्यक; पण घरातील माणसांनाच आपला पाल्य आपणास घाबरतो याचे भूषण वाटत असते. पालकांना विशेषत: वडिलांना न घाबरता आपले विचार स्पष्टपणे मांडणे ज्या मुलाने आत्मसात केले आहे ते मूल निर्भय होण्याची शक्यता अधिक. बऱ्याच वडीलमंडळींना मूल घाबरते हे विनयाचे लक्षण वाटते. विनयशीलता आणि निर्भयपण या एकाच नाण्याच्या दोन बाजू आहेत. विनयशील माणूस निर्भय असू शकतो. घाबरून वागणारी माणसे आपल्यावरील अन्याय न बोलता किंवा प्रतिकार न करता सहन करण्याची शक्यता असते.

शिक्षकांचा मुलांना निर्भय करण्यामध्ये बराच वाटा आहे. वर्गातील सर्व मुलांना बोलण्याची संधी दिल्यास बऱ्याच प्रमाणात मुलांमध्ये निर्भयता जोपासण्याची शक्यता असते. काही शिक्षक नेहमी बोलणाऱ्या वा पुढे पुढे करणाऱ्या मुलांनाच बोलण्याची संधी देतात. मग बाकीची मुले मौन पत्करून स्वस्थ राहतात. आपल्याला केव्हाही प्रश्न विचारला जाऊ शकतो हे समजल्यावर मुले त्या दृष्टीने तयारी करण्याची शक्यता असते. अलीकडे वर्गात मुलांची संख्या जास्त असते. ही सबब शिक्षकवर्ग देताना दिसतात; पण जास्त संख्या असलेल्या वर्गात अचानक प्रश्न विचारण्याची पद्धत शिक्षकांनी अवलंबिल्यास सर्व मुले जागरूक राहू शकतील; पण याबाबत उदासीनता दिसून येते असे वाटते. मुख्याध्यापकांनी, पर्यवेक्षकांनी शाळेत सर्व वर्गात अचानकपणे जाणे या गोष्टीचाही निर्भय बनविण्याच्या प्रक्रियेत हातभार लागू शकतो.

पर्यावरणाविषयी जागृती शालेय जीवनातच सर्वांत जास्त होऊ शकते. कागदाचा योग्य वापर, पाण्याचा योग्य वापर, कचऱ्याचा पुनर्वापर, ऊर्जा बचत वगैरे अशा अनेक गोष्टींचे महत्त्व शालेय विद्यार्थ्यांना पटवून दिले पाहिजे. त्यासाठी शिक्षक व पालकांची वागणूक पर्यावरण जपण्यासाठी पूरक असणे गरजेचे. या सर्व गोष्टी सोदाहरण मुलांना पटवून देणे इष्ट. शाळेमध्ये विविध उपक्रमांदरम्यान या गोष्टींचे अवलंबन करण्यास विद्यार्थ्यांना प्रवृत्त करणे गरजेचे. वर्गात कोणीही नसताना पंखा बंद करणे तसेच भरपूर सूर्यप्रकाश असताना दिवे लावू नयेत किंवा लावलेले असल्यास बंद करावयास लावून या

गोष्टींचे महत्त्व मुलांना पटू शकते. अर्थात या गोष्टी वारंवार सांगाव्या लागतात. एकदा सांगून मुले त्याप्रमाणे वागतील अशी अपेक्षा पालक किंवा शिक्षक करतात. हे चुकीचे वाटते. पर्यावरणशील बनविण्यासाठी शालेय काळाइतका चांगला काळ नाही. या गोष्टींचे महत्त्व मुलांना अधिकाधिक ठसवून सांगणे हे महत्त्वाचे असते. त्यासाठी विविध कार्यक्रमांमध्ये व्यवहारातील गोष्टी मुलांसमोर सोदाहरण ठेवल्यास त्याप्रमाणे मुलांची वागणूक होण्याची शक्यता अधिक असते. त्यासाठी शिक्षक व पालकांनी आदर्श निर्माण करावयास हवेत. प्रश्नाचे उत्तर लिहून झाले की ओळ सोडावी असे शिक्षकच सांगतात व पालक त्याची 'री' ओढतात. या ओळ सोडण्याने किती पाने फुकट जातात याचे भान ना शिक्षकांना असते ना पालकांना. वहीमध्ये न लिहिलेली अनेक पाने दिसतात. या एका गोष्टीवर जर लक्ष केंद्रित केले तरीही बऱ्याच कागदांची बचत होऊ शकते. जे कागदाचे ते इतर गोष्टींचे. पर्यावरण हा विषय अभ्यासक्रमात आणण्यापेक्षा पर्यावरणीय जीवनशैली जगण्यास विद्यार्थ्यांना शिकवणे गरजेचे. पर्यावरण या विषयाचेही इतर विषयांप्रमाणेच 'घोका - परीक्षा द्या व विसरा' असेच होते. पर्यावरण हा विषय कशासाठी शिकायचा याचे भान विद्यार्थ्यांना नसतेच.

लैंगिकदृष्ट्या हा कालखंड अतिशय संवेदनशील असतो. आपल्या शरीरात होणाऱ्या बदलाविषयी उत्सुकतेपोटी मुले चुकीची माहिती मिळवितात. त्याचा व्यवहारात उपयोग करतात व परिणाम गंभीर होतात. लैंगिक शिक्षण द्यावे का न द्यावे, हा वादाचा मुद्दा आहे. मुलांनी नको त्या मार्गाने चुकीची माहिती मिळविण्यापेक्षा रीतसर लैंगिक शिक्षण का देऊ नये? अर्थात याचा अभ्यासक्रमात समावेश नसावा. कारण ते फक्त परीक्षार्थीच राहते. या ज्ञानाचा व्यवहारात उपयोग आहे हे विद्यार्थी विसरतात. त्या दृष्टीने व्यावहारिक ज्ञान देण्यावर भर असावा. मुलगे व मुली यांना हा विषय वेगळ्या प्रकारे सांगावा लागतो. या विषयाचे ज्ञान मुला-मुलींना एकत्रितपणे देता येत नाही. विद्यार्थ्यांबरोबर पालकांनाही हा विषय समजावून देणे गरजेचे असते; कारण पालक विद्यार्थ्यांच्या सान्निध्यात कायम राहात असतात. विद्यार्थ्यांच्या अज्ञानामुळे व त्याने घातलेले घोळ पालकांना प्रथमदर्शनी निस्तरायचे असतात. अशा प्रसंगी आपण पाल्याशी कसे वागावयास हवे हे पालकांना प्रबोधनामुळे समजू शकते. विद्यार्थ्यांच्या स्वैर वागणुकीमुळे बरेच लहान-मोठे प्रश्न उभे राहत असतात. त्या वेळी पालकांची वागणूक जर परिपक्व नसेल तर विषय हाताबाहेर जाऊ शकतो. विशेषत: आई-वडील दोघेही नोकरी करत असल्यास त्यांच्या पाल्यांचे वर्तन अधिकच स्वैर होऊ शकते व विद्यार्थ्यांची वागणूक परिपक्व होण्यासाठी अशा पालकांची वागणूक सावधगिरीचीच असणे गरजेचे.

शालेय शिक्षणात जास्तीत जास्त गुण मिळाले की विद्यार्थ्यांचा भविष्यकाळ उज्ज्वल असतो असा एक गैरसमज समस्त समाजात फैलावत आहे. उज्ज्वल भविष्यकाळ म्हणजेच

आर्थिक प्रगती अशी विद्यार्थी व पालक यांची समजूत आहे. त्यामुळेच असे दिसून येते की, भरपूर गुण मिळविणारे हुशार विद्यार्थी स्वत:चेच हित पाहताना दिसतात. आपण समाजासाठी काही करावे ही भावना अशा हुशार विद्यार्थ्यांत अल्प प्रमाणात दिसून येते. केलेल्या कामाचा व घेतलेल्या निर्णयाचा आर्थिक लाभ काय हेच पाहिले जाते. जीवन जगण्यासाठी पैसा हे साधन आहे; पण ते साध्य आहे अशी भावना सर्वत्र बळावली आहे. या भावनेचा श्रीगणेशा या शालेय कालखंडातच होत असतो. म्हणूनच आपली भरभराट अभ्यासक्रमावरील परीक्षांत मिळणाऱ्या गुणांवरच अवलंबून असते, या विचारसरणीला छेद मिळणे गरजेचे आहे. याचा अर्थ अभ्यास करू नये किंवा गुण मिळवू नये असा नव्हे; पण कमी गुण मिळाल्यामुळे आपण आता उपयोगाचे नाही, आपण नगण्य होणार अशी हतबल मानसिकता होणे उपयोगाचे नाही.

असा हा शालेय शिक्षणाचा कालखंड जडणघडणीच्या दृष्टीने फार महत्त्वाचा असतो. या कालखंडातच विचारशक्ती योग्य बनवणे, स्वत:ची मते बनविण्यास शिकणे व ती मते विचारपूर्वक ठरवणे व गरज असल्यास या मतात बदल करण्याची मानसिकता ठेवणे गरजेचे आहे. 'बाबा वाक्यं प्रमाणम्' या विचारसरणीला आवर घालून प्रत्येक प्रश्नाचे सकारण उत्तर देण्याचा प्रयत्न करण्याची मानसिकता तयार करण्यावर भर देणे गरजेचे आहे. या काळातच अंगी बाणवलेल्या किंवा मनावर बिंबविलेल्या गोष्टी उर्वरित आयुष्यात घर करून राहतात; म्हणून पाल्याच्या या काळातील जडणघडणीवर विशेष लक्ष केंद्रित करणे इष्ट होय.

५

उच्च माध्यमिक शिक्षण व नंतर

माध्यमिक प्रमाणपत्र परीक्षा (एस.एस.सी.) उत्तीर्ण झाल्यावर उच्च माध्यमिक शिक्षण सुरू होते. बहुधा मुलाचे वय १५-१६ वर्षे झालेले असते. या वयाचा मुलगा अथवा मुलगी लैंगिकदृष्ट्या सक्षम असते. हस्ते-परहस्ते लैंगिक विषयाचे अर्धवट वा पूर्ण ज्ञान या मुलांना झालेले असते. आपण आता जबाबदारीने वागणे इष्ट याचे व्यवधान बऱ्याच मुलांना झालेले असते. एस.एस.सी. परीक्षेच्या निकालावरून आपली अभ्यासाची कुवत व शिक्षण घेण्याची समर्थता मुलाला समजणे अपेक्षित असते. अर्थात, हे मुलांना समजतेही पण समाज व पालक काही वेळा मुलांना परिस्थितीचे भान विसरायला लावतात व मुलाला त्याच्या पात्रतेबद्दल नको इतके चढवले जाते. मुलाला आपण कोणीही बनू शकतो; असे वाटते. त्यातच जर पालकांकडे पैशांची रेलचेल असेल तर मुलांना आकाशच ठेंगणे वाटते.

थोडक्यात, आपण भावी आयुष्यात कोण होणार किंवा कोण होऊ शकतो, याबद्दल विचार करण्याचा व त्यानुसार कृती करण्याचा काळ हा माध्यमिक शिक्षणानंतर सुरू होतो. शालेय जीवन संपलेले असते. आता आपल्यावरचे पालकांचे, शिक्षकांचे लक्ष कमी होणार, आपल्याला त्या मानाने स्वातंत्र्य मिळणार याचे भानही मुलांना होते. या स्वातंत्र्याचा उपयोग सत्कारणी लावायचा की विविध दिवे लावून पालकांचे डोळे दिपवून टाकायचे, हे ज्याचे त्याने ठरवायचे. याच काळात जर विचारशक्ती योग्य प्रकारे विकसित झाली असेल तरच मूल स्वातंत्र्याचा उपयोग सत्कारणी लावू शकते. आपली वागणूक कशा प्रकारे ठेवल्यास आपले भले होईल याचाही विचार याच कालखंडात होतो. म्हणूनच मुलांची विचारशक्ती वाढविण्यावर भर असला पाहिजे. उत्तम विचारशक्ती असणारा पाल्य आपली पात्रता व आपले भविष्य याचा योग्य विचार करू शकतो.

एस.एस.सी. परीक्षा उत्तीर्ण झाल्यावर पहिला प्रश्न निकाली काढावयाचा असतो

तो म्हणजे आपण पुढे काय शिकावे? उच्च माध्यमिक शिक्षण घेणे उचित होईल काय? सर्वसाधारण बुद्धिमत्तेच्या मुलांना किंवा काहीच पर्याय नसलेल्या मुलांना उच्च माध्यमिक शिक्षणाची कास धरण्याखेरीज गत्यंतर नसते. ज्या शाखेकडे प्रवेश मिळेल त्या शाखेत ही मुले प्रवेश घेतात. बहुधा कमी गुण असल्याने त्यांना कशाची आवड आहे याचा विचार करण्याचा उपयोग नसतो. बऱ्याचदा ही सामान्य कुवतीची मुले (कमी गुण मिळाल्यामुळे सामान्य कुवतीची म्हणायची) आपल्या पालकांचा पारंपरिक उद्योग चालविण्याचा आळस करतात. शेतकऱ्याचा मुलगा शेतकरी होण्यास राजी होत नाही. अर्थात त्याचे कारण या मुलाने शेतकऱ्याला पडणारे कष्ट पाहिलेले असतात. ते कष्ट करण्याची त्याची तयारी नसते; पण त्याच वेळी याला आपणास कमी गुण पडल्याचे भान नसते. आपल्या मित्राशी बरोबरी करण्याच्या नादात १२ वी साठी हा प्रवेश घेतो. मग अभ्यासातही कष्ट करण्याची इच्छा नसल्याने व शेतकरी होण्याची इच्छा नसल्याने त्याची फरफट होते. मग 'आर ना पार' अशी अवस्था होऊन भावी जीवन कष्टप्रद होते. स्वत:बद्दलचा फाजील विश्वास याला दगा देतो. शांतपणे विचार करण्याची टाळाटाळ हेच यामागचे कारण असते. म्हणूनच कमी गुण मिळालेल्या विद्यार्थ्यांना योग्य मार्गदर्शनाची गरज असते. पण दुर्दैवाने या मुलांना मार्गदर्शनच मिळत नाही.

दुर्दैवाची गोष्ट म्हणजे मुलाची कुवत ही त्याने एस.एस.सी.ला मिळविलेल्या गुणांवरूनच केली जाते. अर्थात, हे गणित बऱ्याचअंशी जरी खरे असले तरी काही मुलांच्या बाबतीत हे गणित चुकू शकते. कमी गुण मिळविलेली तरीही उत्तम कुवतीची मुले ओळखणे हे पालकांचे महत्त्वाचे काम. किंबहुना, आपण शिक्षण कशासाठी घ्यावयाचे आहे हे आधी समजून घेणे गरजेचे. १२ वी ची परीक्षा आपण कशासाठी द्यावयाची? १२ वी ला कोणती शाखा निवडायची? याचे भान किंवा याचा विचार योग्य प्रकारे केला जात नसल्याचे दिसते. बरेचदा पालक म्हणतात आम्ही आमच्या पाल्याला स्वातंत्र्य दिलेले आहे; पण पालकांची सुप्त इच्छा मुलाने आपण जसे इंजिनिअर अथवा डॉक्टर झालो तसेच व्हावे, अशी असते. मुलांना त्याच्या अगदी लहान वयापासून असे बिंबवले जाते की जेणेकरून या मुलाने दुसऱ्या कोणत्याही पर्यायांचा विचार करू नये. अर्थात, यामध्ये पालकांची फार मोठी चूक आहे अशातली गोष्ट नाही. मुलाच्या भविष्यकालीन व्यवसायाची पूर्णपणे व्यवस्था प्रस्थापित असताना उगाच दुसरा धंदा किंवा शिक्षण घेणे कितपत योग्य? पालकांनी आपल्या धंद्याची व्यवस्था तयार करण्यासाठी बरेच कष्ट घेतलेले असतात व हे कष्ट मुलांना पडू नये, हीच इच्छा पालकांच्या मनी असते; पण काही वेळा मूल स्वत: विचार करून प्रस्थापित व्यवसाय नको दुसरे काही शिक्षण घ्यावे, असा विचार करते अशा वेळी पालक नाराज होतात. काही पालकांना हा विचार सहन न झाल्याने ते आपलाच व्यवसाय मुलांना येनकेनप्रकारेण स्वीकारण्यास भाग पाडतात. मग

नाइलाजास्तव मूल तो व्यवसाय स्वीकारते; पण आयुष्यात कुठेतरी त्याच्या मनात कायम सल राहतेच. काही वेळा मुलांना पालकांचा व्यवसाय स्वीकारायचे मनात असते पण परीक्षेत योग्य गुण न मिळाल्याने त्यांच्या पालकांचा व्यवसाय स्वीकारणे त्यांना शक्य होत नाही. मग नाइलाजाने दुसरा व्यवसाय स्वीकारणे क्रमप्राप्त होते व नैराश्य येते.

अशा प्रकारचे नैराश्य टाळण्यासाठी आपल्यापुढे असलेल्या सर्व पर्यायांचा सांगोपांग विचार, त्या पर्यायासाठी गरज असणारी मानसिकता आणि सर्वांत शेवटी त्यासाठी गरज असलेली अभ्यास करण्याची कुवत आपल्यात आहे का? या गोष्टीचा प्रथम विचार पालक व मुलांनी करावा. निवडलेला पर्याय मिळविण्यासाठी आपण योग्य ते कष्ट करणार आहोत का? योग्य गुणसंख्येअभावी किंवा योग्य ती परीक्षा उत्तीर्ण होऊ न शकल्यास जास्त फी देऊन प्रवेश घेणे योग्य होईल का? आपले पालक यासाठी तयार आहेत का? किंवा पालक तयार असले तरी आपण तसा प्रवेश घ्यायचा काय? अशा मुद्द्यांवर पालक व पाल्य यांनी चर्चा करावी. मला तू डॉक्टर व्हावेसे वाटते त्यासाठी मी कितीही पैसे खर्च करण्यास तयार आहे, असे पालकांनी म्हटले म्हणून ते मान्य करावेच असे विद्यार्थ्यांवर बंधन असावे का? अशा वेळी पालक म्हणतात मुलाला इतकी विचारशक्ती असतेच कोठे? म्हणजे मुलाची विचारशक्ती जागरूक करण्यासाठी आपण कुठेतरी कमी पडलो याची कबुलीच ते देत असतात. सुरुवातीला म्हटल्याप्रमाणे त्या तीनही गोष्टींचा विचार झालेला नसतो.

आपणास अपेक्षित असलेला पर्याय किंवा शिक्षणक्रम प्राप्त झाला नाही तर आपल्याकडे दुसरा पर्याय उपलब्ध हवा; पण याबाबत मुलांच्या व पालकांच्याही मनाने खास विचार केलेला नसतोच. मग ठरविलेल्या पर्यायामध्ये अगदी जास्त फी देऊनही प्रवेश मिळाला नाही की गोंधळ निर्माण होतो. अशा वेळी पालक व पाल्य नाराज नाही झाले तरच नवल!

माध्यमिक शालान्त परीक्षेत भरपूर गुण मिळविलेली मुले सर्व पर्याय खुले ठेवावे या नादापायी बारावीला सर्व विषय घेतात. म्हणजे जीवशास्त्र व गणितही. मग या दोन विषयांचा अभ्यास करताना दमछाक होते व उच्च माध्यमिक परीक्षेत अपेक्षित गुण मिळत नाही. आपली आवड कोणत्या विषयात आहे हे ठामपणे ही मुले ठरवित नाहीत. अपार मेहनत व जास्त बुद्ध्यंक असलेल्या मुलाप्रमाणे आपणही दोनही विषय घेऊ पण त्यासाठी त्यांचेप्रमाणे मेहनत घेणे यांना जमत नाही. म्हणजे आपण आपली कुवत न ओळखता इतरांशी स्पर्धा करण्यामुळे अपयश पदरी येऊ शकते.

एक गोष्ट इथे नमूद करणे इष्ट होईल की सध्या असलेली विद्यार्थ्यांची संख्या, गुण मिळविण्यासाठी असलेली चढाओढ, तसेच अपेक्षित यशाची नसलेली हमी हे पाहता आधीपासून पालकांनी व पाल्यांनी विविध पर्याय लक्षात घ्यावेत. आपणास अपेक्षित

अभ्यासक्रम न मिळाल्यास दुसरा कोणता घ्यावा याचा विचार असावा. कोणताही अभ्यासक्रम विशेष मेहनत अवलंबल्यास तितकेच यश देऊ शकतो. आपले आयुष्य तितकेच संपन्न होऊ शकते. हा विचार अंगी बाणवणे महत्त्वाचे; पण प्रत्येक अभ्यासक्रम तितकेच आर्थिक यश देईल हे सांगता येत नाही. शेवटी सर्वांना सारखाच पैसा कसा मिळणार? सर्वच श्रीमंत कसे होणार, हा मूलभूत विचार प्रत्येक पालकाने व पाल्याने करणे गरजेचे असते.

ज्या पाल्यांचा बुद्ध्यंक उत्तम, मेहनत करण्याची तयारी व आर्थिक पाठबळही उत्तम अशा पाल्यांना बहुधा काही अडचण येत नाही. बहुधा अशा विद्यार्थ्यांनी आपणास काय करावयाचे आहे हे आधीच ठरविलेले असते. त्यामुळे त्यानुसार मार्गक्रमण चालू असते. या मुलांना अपेक्षित यश मिळते; दुर्दैव हे की या यशाचा उपयोग अर्थार्जनासाठीच होताना दिसतो. समाजाभिमुख दृष्टिकोन दिसत नाही. या उच्च कोटीच्या पाल्यांना 'समाजाभिमुख' होण्यासाठी काही परिश्रम पालकांकडून होणे गरजेचे आहे. पण या अशा पाल्यांचे बरेच पालक समाजाभिमुख कशाला व्हायचे? असाच प्रश्न करतात. आणि त्याचीच ही परिणिती असावी. दहावी, बारावी किंवा उच्च शिक्षणात अग्रेसर असणाऱ्या मुलांपैकी फारच थोडी मुले समाजाभिमुख प्रकल्पामध्ये भाग घेताना दिसतात. किंबहुना, कोणत्याही अशा कामात आर्थिकदृष्ट्या संपन्न असलेल्या तरुण मंडळींचा सहभाग फारच कमी प्रमाणात दिसतो. त्यांचा 'आम्हा काय त्याचे' हाच विचार दिसतो.

सर्वसाधारण मुलांची सध्याच्या चढाओढीच्या दिवसांत कुतरओढ होताना दिसते. मेहनत करण्याची क्षमता कमी असल्याने गुण कमी पडतात व गुण कमी पडतात त्यामुळे त्याच्या कर्तृत्वाकडे संशयाने पाहिले जाते. आपल्या पाल्याचे कसे होणार हाच प्रश्न पालकांना सतावतो. अर्थात ते स्वाभाविकच आहे. अशा वेळी पालक-मुले यामध्ये संवाद होणे आवश्यक. आपल्या अशा मुलाचे भविष्य उज्ज्वल होण्याचे दृष्टीने समाजातील काही व्यक्तींचा सल्ला घेणे, त्यांच्याशी पाल्याने व पालकांनी संवाद साधणे व त्यानुसार निर्णय घेण्याची गरज असते. तरीही अशा सर्वसाधारण मुलांचे व त्यातल्या त्यात आर्थिक पाठबळ नसणाऱ्या पाल्याची परिस्थिती चिंताजनक असते. अशा पाल्याच्या पालकांचा धंदा असेल व त्यात या मुलांना रस असेल तर त्याच्या भविष्याबद्दल फार काळजी करण्याची गरज नसते. पालकांनी आपल्या मुलाची कुवत ओळखून आपल्या धंद्यात त्याला रस निर्माण होईल असे वातावरण तयार करावे. तेथे मूल धंद्यामध्ये रस घेऊन काम करणारा असेल तेथे पालकांनी त्याला काही बाबींमध्ये स्वातंत्र्य देणे गरजेचे. हळूहळू कुवत व काम पाहून स्वतंत्रपणे काम करण्यास संधी दिल्यास मूल जीव ओतून काम करतो. पालकांनी आपल्या मुलावर विश्वास टाकणे गरजेचे; पण काही वेळा मुलाची वाटचाल योग्य प्रकारे असतानाही कुरबुरी सुरू होतात. मग पालकांचे नेहमीचे पालुपद

चालू होते. 'आम्ही यांच्या भल्याकरिताच हे सर्व सांगतो ना?' पण आता मुलाने आपल्या भल्याचा आपण विचार करावा हेही या पालकांना कळत नाही. इकडे सर्वसाधारण मूल म्हणून काळजी व तो धंद्यात उत्तम काम करतोय तर तेथे त्याचेशी संवाद न साधता 'हम करे सो कायदा' या कायद्याने काम करावयाचे. अशा परिस्थितीत आधीच गोंधळलेला पाल्य आणखी गोंधळून जातो. अशा सर्वसाधारण पाल्यांना समजून घेणे व त्यांचेशी संवाद साधून त्याप्रमाणे पुढील बेत आखल्यास अशा मुलाचे भविष्य उज्ज्वल होऊ शकते. किंबहुना, ही सर्वसाधारण मुलेच जास्त समाजाभिमुख असल्याचे दिसून आले आहे. थोडा विश्वास टाकून त्याच्या जडणघडणीला वेळ देणे हेच पालकांकडून अपेक्षित असते. सर्वच मुले अफाट बुद्धिमत्तेची, अथक परिश्रम करणारी व विचारी कशी असणार?

माध्यमिक शिक्षणानंतर उच्च माध्यमिक शिक्षणाचा, पदवी शिक्षण व उच्च शिक्षणाचा कालखंड क्रमाने येत असतो. सर्वच मुले शिक्षण घेतात असे नाही. काही माध्यमिक शिक्षणानंतर शिक्षण थांबवितात, तर काही उच्च माध्यमिक शिक्षणानंतर. काही पदवी संपादन करतात, तर काही उच्च शिक्षणाची कास धरतात. काही व्यावसायिक शिक्षणाचा मार्ग अनुसरतात. थोडक्यात सांगायचे तर आपले जीवन जगण्यासाठी कोणता ना कोणता व्यवसाय करून कष्ट करतात. काहींना या व्यवसायात उत्तम अर्थार्जन होते. काहींना मध्यम तर काहींचे जीवन तुटपुंज्या आमदनीमुळे कष्टमयच राहते. या सर्व गोष्टींचा व्यक्तीच्या वर्तनावर परिणाम होत असतो. चांगली सांपत्तिक स्थिती असणारी किंवा चांगली सांपत्तिक स्थिती होऊ घातलेली मुले याच वयात व्यसनाधीन होऊ शकतात. कष्टमय जीवन किंवा सांपत्तिक स्थिती ओढाताणीची असलेल्या व्यक्ती कष्ट विसरण्यासाठी व्यसनाधीन होतात. दोन्ही बाबतीत व्यसनाधीन होणे हे सर्वसाधारण तत्त्व दिसते.

शालेय शिक्षणाचे दरम्यान पाल्य व्यसनाधीन होण्याची शक्यता कमी असते. कारण एक तर मुलावर पालकांचे सतत लक्ष असते. पालकांचे लक्ष नसते तेव्हा मुले शाळेत असतात. खिशात पैसा कमी असतो. तरीही अपवादात्मक परिस्थितीत याही वयात व्यसन लागू शकते.

शालेय शिक्षणानंतर पालकांनी व्यसनाधीनतेसंबंधी पाल्याशी संवाद साधणे हितावह. काही पालक स्वत:च व्यसनाधीन असतात. अशा पालकांनी त्यांना व्यसन का लागले व ते कसे टाळता आले असते याबद्दल संवाद साधल्यास पाल्य व्यसनाधीन होत नाही. नाहीतर बाबा व्यसनाधीन असल्यामुळे बाळाला व्यसनाधीन होण्याचा परवानाच मिळावयाचा! आर्थिक ओढाताण असलेल्या कुटुंबामध्ये व्यसनापासून दूर राहण्यासाठी विशेष प्रयत्न करावे लागतात. पालक विचारी असतील तर पालक व पाल्यांचे समुपदेशन होऊ शकते. अर्थात या कुटुंबामध्ये व्यसनाधीनतेचा विचार झाला पाहिजे. बऱ्याच वेळा याचा विचार होत नाही आणि पाल्याला व्यसन लागल्यावर पालकांची धावपळ सुरू

होते. खिशात पैसे असल्याने कुतूहलापोटी मित्राकडून व्यसनाची दीक्षा बिनदिक्कत घेतली जाते. याच वयात ब्राऊन शुगरसारखे भयंकर व्यसन पाल्यांना लागते.

शालेय शिक्षणानंतर उच्च माध्यमिक व पदवी संपादन करेपर्यंतचा काळ हा व्यसन लागण्यासाठी आदर्श काळ असतो. मन अल्लड असते. त्यातच कधी नव्हे इतके स्वातंत्र्य मिळालेले असते. सारासार विचार म्हणजे काय व त्याचे प्रयोजन काय हे कोणी सांगितलेच नसते. थोडक्यात व्यसनाधीन होण्यासाठी सुपीक काळ असतो. व्यसनाधीन माणसांचा अभ्यास केल्यास याच काळात व्यसनाला सुरुवात होत असते असे दिसून येते. अर्थात, स्वअर्थार्जन करून स्वत:च्या खिशात पैसा खुळखुळू लागल्यावरही व्यसन लागू शकते हेही ध्यानात असावे.

आपला पाल्य व्यसनाधीन होऊ नये यासाठी शालेय जीवनापासूनच पाल्याशी सुसंवाद साधणे महत्त्वाचे असले तरी व्यसनाधीन होण्याचा धोका शालेय शिक्षणानंतरच्या काळात जास्त असतो, हे जाणून त्याप्रमाणे पाल्यांचे प्रबोधन व सुसंवाद साधणे महत्त्वाचे असते. व्यसनाधीनता वाईट का याबद्दल चर्चा याच काळात होणे अत्यावश्यक असते. त्या दृष्टीने पालकांनी सजग असावे.

याच कालखंडात मुला-मुलींमध्ये लैंगिक आकर्षणही पराकोटीचे असते. त्यातून मुला-मुलींमध्ये प्रेम संवाद होणे, मैत्री होणे व काही वेळा शरीरसंबंध येण्याचे प्रकार घडत असतात. अर्थात, आपल्याकडे या वयात शरीरसंबंधाचे प्रकार त्यामानाने कमी आहेत. या सर्व गोष्टींनाच प्रेम असे म्हटले जाते. खरे तर या कालखंडात मुला-मुलींमध्ये भावनिक जवळीक नसते. असते ते शारीरिक आकर्षण. लैंगिक कुतूहलापोटी जवळीक साधली जाते व आणाभाका घेतल्या जातात.

आपल्याला आयुष्य एकत्र काढावयाचे आहे. त्यादृष्टीने शारीरिक मीलनापेक्षा विचारमीलन किंवा विचारांमध्ये सारखेपणा किंवा एक दुसऱ्याला समजून घेण्याची वृत्ती वाढीस लागणे महत्त्वाचे; पण लैंगिक किंवा शारीरिक आकर्षणापेक्षा सर्वच गोष्टी क्षुल्लक वाटल्यामुळे आपला साथीदार आपल्याला योग्य आहे का, याचा विचारच होत नाही. त्याच्यापाशी असलेल्या क्षुल्लक गोष्टींवर फिदा होऊन प्रेम रंगविले जाते. मग या प्रेमापायी आपल्या कर्तव्यांकडे दुर्लक्ष होते. कौटुंबिक जबाबदाऱ्या, अभ्यास यांसारख्या गोष्टी मागे पडतात व 'एक दुजे के लिये' ही वृत्ती फोफावते.

ही वृत्ती एकदा मनात घर करून राहिली की कायम तीच गोष्ट मनात येते. आपण एखाद्यावर फिदा होण्यास हरकत नाही; पण यासंबंधीची माहिती पालकांना सांगण्याचे धारिष्ट्य असले पाहिजे. असे धारिष्ट्य फारच कमी मुलांमध्ये आढळते. आपण अशा प्रकारे वागल्यामुळे होणाऱ्या परिणामांनाही सामोरे जायला हवे; पण असे दिसत नाही. काही गोष्टी प्रतिकूल घडल्यास पालकांनी मदत करावी अशी अपेक्षा असते.

अशा जवळीकीमुळे काही वेळा एकांतवासामध्ये नको तेही घडते. मग हे निस्तरण्याचे धाडस नसलेला आपला मित्र पळ काढतो; नामानिराळा राहतो. पालकांचे क्षमायाचनेचे नाटक होते व पालकांच्या मदतीने सर्व गोष्टींवर पडदा पडतो. पालक सर्व विसरून परत श्रीगणेशा करतात.

अशी वृत्ती किंवा विचार मनात येणे हे या वयात नैसर्गिकच; पण हे विचार येण्याच्या सुरुवातीसच पालकांनी मुलांना विश्वासात घेऊन या आकर्षणाची शास्त्रीय बाजू समजून देणे इष्ट. अर्थात १३ वर्षांच्या मुलीला किंवा १५ वर्षांच्या मुलाला सर्वच गोष्टी कळणार नाहीत. हळूहळू याबद्दल कोडे उलगडावे हे उचित. प्रत्येक गोष्टीच्या कारणमीमांसेची चर्चा करावी. विविध परिणामांचीही चर्चा करावी. या सर्व चर्चेचा परिणाम होऊन मुलाची विचारशक्ती वाढते. जीवनसाथी केव्हा निवडावा, तो कसा असावा वगैरे गोष्टी मुलांनाही समजतात; मग त्यांची वर्तणूक परिपक्व होऊ लागते.

माध्यमिक वा उच्च माध्यमिक शिक्षण घेत असता लैंगिक शिक्षण देणे हे भारतात तरी अजून मान्यताप्राप्त नाही; पण पालकही आपल्या पाल्यांना घरी लैंगिक शिक्षण देताना दिसत नाहीत. किंबहुना, अशा गोष्टीबद्दल घरातही चर्चा करणे आपल्या समाजात आवडत नाही. बऱ्याच पालकांचा त्यालाही विरोध असतो. त्याबद्दल बोलताना असा विचार मांडला जातो की, अमेरिकेत हे शिक्षण राजरोस देऊनही तरुणांमध्ये या समस्या का वाढत आहेत? या उत्तराला काही प्रत्युत्तर देता येत नाही; पण तरीही मध्यममार्ग निवडून मुलांना योग्य प्रकारे लैंगिक साक्षर करणे हेच आवश्यक आहे.

मुलगा व मुलगी यामध्ये अजूनही भारतात मुलालाच प्रथम पसंती असते. मुलगा व मुलगी समानता हे सूत्र अजूनही पुस्तकातच आहे. फुले, कर्वे यांच्या महाराष्ट्रातही अजूनही याबाबतीतील समाजाची मानसिकता पाहिजे त्या प्रमाणात बदललेली नाही. या विचारांना मुला-मुलींच्या जडणघडणीच्या काळातच बळकटी येते. स्त्रियांमध्ये शिक्षणाचे प्रमाण वाढलेले आहे. स्त्रिया नोकऱ्याही करताना आढळतात; पण घरात त्यांना उचित स्थान दिले जाते काय? याचे उत्तर 'नाही' हेच आहे. घरात सर्वच बाबतीत पुरुषशाही चालू असते. याचे कारण अर्थात मुला-मुलींना त्यांनी काय करावे, काय करायचे नाही, मुलीची कामे व मुलांची कामे इत्यादी बाबतीत पालकांचाच दुराग्रह असतो. त्यामुळे मुलगा व मुलगी यांची जडणघडण वेगवेगळ्या प्रकारे होते. मुलीला स्वयंपाकघरातील कामे येणे अपरिहार्य असते; पण मुलाकडून ती अपेक्षा केली जात नाही. मुलाचे (पुरुषांचे) कपडे धुण्यापासूनची कामे आई किंवा बहीण करते. खेडेगावात तर बाई जेवण करते, कपडे धुते, पाणी भरते ही कामे करून परत शेतावरही जाते. त्याचवेळी पुरुष फक्त बाहेरचीच कामे करतो व घरी बायकोवर दादागिरी करतो. आपला मुलगा आपल्या नवऱ्यापेक्षा वेगळा व्हावा यासाठी आईचे प्रयत्न नसतात. उलट तीही या पुरुषशाहीला बळी पडते.

मुलगी शाळेत अभ्यासात उत्तम प्रगती करीत असली तरीही तिला उच्च शिक्षणापासून वंचित ठेवले जाते. त्याचवेळी तिच्या भावाला वारेमाप फी भरून उच्च शिक्षण दिले जाते. याची खंत या मुलांच्या आईलाही वाटत नाही.

म्हणूनच मुलगा-मुलगी ही शारीरिकदृष्ट्या सारखी नाहीत पण समान आहेत याची जाणीव कुटुंबातील प्रत्येकाला असली पाहिजे. ही जाणीव असेल तरच जडणघडण करताना मुलगा व मुलगी यांना समान वागणूक मिळते व असे झाल्यास दोघांनाही समान संधी, समान कामाचे वाटप होऊ शकते. मुलगा व मुलगी यांच्या समानत्वाची सुरुवात घरापासून, कुटुंबातील प्रत्येक व्यक्तीपासून झाली तरच तसे विचार समाजात रुजतील. स्त्रियांनी शिक्षण घेऊन आर्थिक दृष्ट्या भक्कम झाले म्हणजे स्त्री-पुरुष समानता आली असे म्हणता येणार नाही. ही समानता प्रस्थापित होण्यासाठी सूक्ष्मपणाने निरीक्षण व विचार झाल्यासच मुलगा व मुलगी यांची जडणघडण समान पायावर होईल. माध्यमिक व उच्च माध्यमिक शिक्षणादरम्यानच पाल्यांना याविषयाचे यथार्थ ज्ञान व समज करून देणे पालकांचे कर्तव्य आहे. विशेषत: आयांनी आपल्या मुलींना मानाची वागणूक दिल्यास हा प्रश्न बऱ्याच अंशी सुटेल. स्त्री ही परक्याचे धन हे विचार वेळीच बासनात गुंडाळून टाकण्याचे काम माताच करू शकतात; पण प्रथम या आयांनीच न्यूनगंडातून बाहेर येणे गरजेचे आहे.

स्त्री-पुरुष समानतेचे बीज मुलांच्या मनात या काळातच रोवणे हे महत्त्वाचे. मुलीमध्ये न्यूनगंड निर्माण झाला की तो काढणे हे फार कठीण असते. मुलीमधील न्यूनगंड काढणे याच काळात शक्य असते. तसेच आपण मुलीपेक्षा उच्च आहोत, घरातील आपले स्थान मुलींपेक्षा महत्त्वाचे आहे; या मुलांच्या मनात निर्माण होणाऱ्या भावनांचे याच कालखंडात खच्चीकरण होऊ शकते. हे काम पालक व शिक्षक यांनी सामुदायिकरीत्या करावयास हवे. सहली, शिबिरे अथवा वनभोजनामध्ये कामाची विभागणी स्त्रियांची कामे व पुरुषांची कामे असे लेबल न लावता सरसकट वाटली गेली पाहिजेत. मुलींचे शिक्षणही महत्त्वाचे हे पालकांना पटवून देणे गरजेचे असते. मुलीला शिकून काय करायचे आहे? लग्न झाले की बास! हीच मानसिकता अजूनही समाजात बऱ्याच प्रमाणात दिसून येते. हुंडा देणे, मुलगा पसंत नसला तरीही लग्न लावून देणे अशा गोष्टी आजही समाजात सर्रास दिसून येतात. मुलींच्या विचारात आमूलाग्र बदल होणे यासाठीच गरजेचे आहे. आपणास मुलगा झालाच पाहिजे या हट्टाला मुलीनी कधीच बळी पडू नये. अशा विचारांना योग्य मार्गदर्शनामुळे याच वयात बळकटी येऊ शकते.

भारतीय समाज जाती, धर्म व विविध पंथ यांमध्ये विखुरलेला आहे. आपल्या धर्माचा, पंथाचा इतकेच काय जातीचा अभिमानही अगदी लहानपणापासून मुलांच्या मनावर बिंबविला जात असतो. माणूस ही जातच महत्त्वाची, मानवता हा धर्म महत्त्वाचा यासंबंधी अभ्यासक्रमात फुले, आंबेडकर, आगरकर, सावरकर, महात्मा गांधी आदींचे

धडे असतात; पण लहानपणी जी गोष्ट मेंदूत घर करून असते ती पुसणे सहजासहजी शक्य नसते. त्यातच विविध जातींना राखीव जागा असल्याने आपल्यावर अन्याय होतोय, असा उच्चवर्णीयांचा समज होतो. त्यामुळे विषमतेचे, जातीयतेचे मूळ धरण्यास पोषक वातावरण तयार होते.

राखीव जागा का ठेवलेल्या असतात, याची कारणमीमांसा उच्च माध्यमिक व त्यानंतरच्या अभ्यासक्रमात होणे गरजेचे आहे. त्यातच ज्या मागासवर्गीयांची परिस्थिती (आर्थिक) उत्तम आहे, त्यांनी राखीव जागांची कास सोडली पाहिजे; पण स्वार्थ कोणाला चुकत नसल्याने राखीव जातींमधील उच्च आर्थिक स्तरावरील लोक राखीव जागांचा लाभ घेत राहतात. परिणामत: जातिसंस्थेला बळकटी मिळते. या चक्रातून विद्यार्थ्यांना बाहेर काढणे हे महाकठीण आव्हान आहे; पण प्रामाणिक प्रयत्न झाल्यास या गोष्टीही बदलू शकतात. राखीव जागांचा लाभ घेऊन आर्थिक परिस्थिती चांगली झाल्यानंतर राखीव जागांच्या कुबडीचा त्याग केला आहे अशांची उदाहरणे समाजासमोर आली पाहिजेत. अशा उदाहरणांमुळे विद्यार्थी व पालक यांच्या मनातील शंका कमी होईल; पण अशी उदाहरणे अभावानेच सापडतात हेही सत्य नाकारता येत नाही.

अशा प्रकारे जाती, धर्माचा पगडा माणसावर जास्त दृढ होत चालला आहे. एका बाजूला जात व धर्मातीत समाज तयार करण्याच्या घोषणा द्यायच्या व त्याच वेळी राजकारणी व्यक्ती राखीव जागांचे प्रमाण वाढवत आहेत. अशा या विचित्र परिस्थितीत विद्यार्थ्यांची कुतरओढ होत आहे, ही वस्तुस्थिती नाकारता येणे कठीण; पण तरीही विद्यालयीन शिक्षणामध्ये हा जाती व धर्माचा पगडा कमी करण्याचे प्रयत्न होणे गरजेचे आहे.

व्यावहारिक पातळीवर विज्ञानाचीच मदत माणसाला घेणे क्रमप्राप्त आहे. आपल्या रोजच्या व्यावहारिक जीवनात विज्ञानाचे महत्त्व पाल्यांना पटवून दिले पाहिजे. माणसाला देवाची गरज केव्हा भासते याचीही चर्चा करावयास हवी. काही मंडळी उठसूट देवाची गरज नाही म्हणतात तर काही देवावर हवाला ठेवणेच हितावह हे सांगत सुटतात. किंबहुना देव म्हणजे काय? माणसाने देवाची उपासना का करावी, याची चर्चा आधी पालक व मग पाल्यांबरोबर होणे इष्ट. दुर्दैवाने या विषयाची चर्चा करणे हे धर्माला आव्हान देण्यासारखे होते. गैरसमज वाढताना देव मानणे किंवा न मानणे हे महत्त्वाचे नसून आपली पात्रता ओळखून त्यानुसार ध्येयनिश्चिती करून त्यानुसार प्रयत्न हे महत्त्वाचे; पण हे काही न करता 'असेल माझा हरी तर देईल खाटल्यावरी' किंवा याचे दुसरे टोक म्हणजे पात्रता नसतानाही प्रयत्न करत राहणे व मग अपयश पदरात घेणे यासारखी अविचारी वागणूक दिसून येते.

थोडक्यात, कोणत्याही विचाराचा अतिरेक करू नये याबद्दल पाल्यांशी चर्चा करणे

हे महत्त्वाचे; पण हे पालक व शिक्षकांनाच पटत नसेल तर पाल्य अतिरेकी वागणुकीचा अवलंब करणारच!

शालेय शिक्षणानंतरच खऱ्या अर्थाने समाजाशी संबंध येतो. आत्तापर्यंत शाळा, घर यापलीकडे पाल्याला फार ठिकाणी जावे लागत नाही. शाळाही सहसा घराजवळ किंवा गावातच असते. त्यामुळे त्या पलीकडे जावे लागत नाही. शाळा लांब असली तरीही शाळेत जाण्याची खास व्यवस्थाही केलेली असते; पण उच्च माध्यमिक शिक्षण असलेली शिक्षण संस्था बहुधा तालुक्याचे ठिकाणी किंवा घरापासून लांबवर असते. अशा वेळी शिक्षण संस्था दूर असल्यामुळे मुलाला जाताना स्वत:चे वाहन अथवा सार्वजनिक वाहनाने जावे लागते. या वेळी त्याचा बऱ्याच जणांशी संबंध येतो. वाहतूक शिस्त कशी पाळायची, याचे भान ठेवावे लागते. ११ वी -१२ वी चे वर्गात मुलांची संख्याही १००-१५० असू शकते. एवढ्या मोठ्या वर्गात विषयांच्या तासिकांदरम्यान लक्ष ठेवून विषयांचे आकलन करायला शिकणे ही मोठीच कसरत असते. शाळेप्रमाणे आता या शिक्षकांचे विद्यार्थ्यांवर व्यक्तिगत लक्ष असत नाही. काही अडचण असल्यास शिक्षकाकडे जावे लागते. त्यातच शिक्षकांकडे अडचण मांडल्यास इतर विद्यार्थी टर उडविण्याचीही शक्यता असते. विद्यालयातील आधीचे विद्यार्थीही काही वेळा टर उडवतात. वसतिगृहात राहावे लागत असल्यास सर्व गोष्टी आणखीनच नवीन वाटतात. एक तर पूर्ण स्वातंत्र्य मिळते पण अशा वेळी कसे वागायचे याचे ज्ञान नसते. चांगली संगत मिळाल्यास त्याचे अनुकरण होते पण संगत चांगली नसेल तर मोठाच घोळ होतो.

अशा विचित्र परिस्थितीमध्ये नेमके कसे वागायचे, हा प्रश्न पाल्यासमोर असतो. वसतिगृहात राहिल्यास स्वत:चे निर्णय स्वत: घेण्याचे प्रसंग वारंवार उद्‌भवतात. अर्थात, या परिस्थितीमुळे मुलाचे व्यक्तिमत्त्व जास्त परिपक्व बनू शकते; पण स्वातंत्र्यामुळे चुकीचे निर्णय घेतल्यास अध:पतनही होऊ शकते. सध्या दूरध्वनी व मोबाईल फोनची सुविधा असल्याने असे निर्णय घेताना पालकांची मदत घेण्याची संधी उपलब्ध असते; पण विचारपूर्वक निर्णय घेण्याचे प्रशिक्षण पालकांनी शालेय जीवनापासूनच पाल्याला दिले असल्यास सहसा निर्णय चुकीचे होऊ शकत नाही. अनुभवातून घेतलेले शिक्षण व्यक्तिमत्त्व अधिक परिपक्व बनवते.

आपल्या सान्निध्यातील माणसे कशी ओळखायची? मित्र किंवा व्यक्तीत कोणती गोष्टी चांगली आहे? कोणत्या मित्राचा कोणता गुण वाईट आहे? या गोष्टीही पाल्य अनुभवातूनच शिकत असतो. माणसे ओळखण्याची सवय याच कालखंडात मुलांना लागते. पालकांनी माणसावर अंधपणे विश्वास ठेवण्यापेक्षा पाल्याला तो माणूस कसा वाटला याबद्दल त्याचे मत विचारात घेणे महत्त्वाचे. एखादी व्यक्ती पालकांना चांगली वाटते; पण त्याचेबद्दल पाल्याचे मत पूर्णपणे विरुद्ध असू शकते. ते तसे का, याबद्दल

पाल्याशी संवाद साधल्यास पाल्याचे मत बरोबर असल्याचे दिसून येते. त्या व्यक्तीशी पालकांचे जुळलेल्या संबंधाचा संदर्भ वेगळा असतो. अर्थात, काही वेळा पाल्याची चूकही होऊ शकते; पण पालकांनी असा संवाद साधल्यास माणसे ओळखण्याचे कसब पाल्य आत्मसात करतो.

मुलांवर समाजाचा फारसा विचार करण्याची वेळ येत नाही. चांगली आर्थिक परिस्थिती असलेले पालक मुलांच्या सर्व मागण्या पूर्ण करतात; पण ही मुले दुर्बल आर्थिक परिस्थितीत असलेली मुले कशी जगत असतील, याबद्दल उदासीन असतात. काही गरजू व होतकरू मुलाला शिक्षणासाठी उदार माणसे मदत करतात. त्यांच्या साहाय्यामुळेच या मुलांचे शिक्षण पूर्ण होते. मोठेपणी आपणही गरजवंतांना मदत करावी याची आठवण मुलांना राहिली पाहिजे. अशा प्रकारचे विचार याच कालखंडात पालक व शिक्षकांच्या सहकार्यामुळे मुलांच्या मनात दृढ होऊ शकतात.

थोडक्यात, शालेय शिक्षणानंतरचा कालखंड हा पाल्याच्या जडणघडणीच्या दृष्टीने अतिशय मोलाचा असतो. पालक-शिक्षक व समाज या तिन्ही घटकांचा मुलावर परिणाम होत असतो. त्यामुळे या घटकांनी जबाबदारीने वागणे हेही तितकेच महत्त्वाचे असते. बऱ्याचदा या घटकांच्या बेजबाबदार वागणुकीनेच पाल्याची जडणघडण योग्य प्रकारे होत नाही. मग पाल्य फुकट गेल्याचे खापर पाल्याच्या माथी मारून हे तिन्ही घटक नामानिराळे होतात. शिक्षक, पालक व समाज यांचे परस्परसहकार्य असेल तर पाल्याची जडणघडण योग्य प्रकारे होऊ शकते, हे निःसंशय!

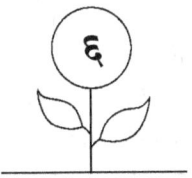

६

दूरचित्रवाणी, संगणक, भ्रमणध्वनी (मोबाईल फोन) व वाचनाचा जडणघडणीशी संबंध

पुस्तकांचे वाचन केल्यामुळे मुलांची जडणघडण चांगल्या प्रकारे होते. जिजाईने शिवबाला रामायण, महाभारतामधील गोष्टी सांगितल्यामुळे त्याचे व्यक्तिमत्त्व घडले असे म्हटले जाते. आधुनिक युगात टी.व्ही, संगणक व मोबाईल फोन या सुविधा मुलांच्या जडणघडणीत महत्त्वाचा बदल घडवून आणतात असे म्हटले तर अतिशयोक्ती होणार नाही. त्यातच विविध स्वयंचलित वाहनांचाही समावेश होतो.

आता गरिबांपासून श्रीमंत घरामध्ये दूरचित्रवाणीसंच असतातच. त्यातच डिश अँटेनामुळे विविध चॅनेलवर विविध कार्यक्रम पाहण्याची सोय आहे. टी.व्ही. हे मुख्यत्वे करून करमणुकीचे साधन म्हणून वापरले जाते. बरेचसे पालक त्याकडे याच भूमिकेतून पाहतात; तीच भूमिका पाल्यही अनुसरतात. ही छोटी मंडळीही त्याकडे करमणुकीचे साधन म्हणूनच पाहतात; म्हणूनच अगदी चार वर्षांपासूनची मुले पालकांना टी.व्ही. लावण्याची सूचना करतात. सुरुवातीला चार वर्षांचा मुलगा टी.व्ही. पाहतो याचे कौतुक होते व नंतर त्याला त्याचीच सवय लागते ते पालकांना कळतही नाही. मग पालकांना तो टी.व्ही. लावण्यास कोणत्याहीवेळी भरीस पाडतो. आईला जर नोकरी नसेल तर या पाल्याबरोबर तीही टी.व्ही. पाहून आपले मनोरंजन करते; अशा तऱ्हेने पाल्याला टी.व्ही.ची सवय लागते.

मग विविध कार्यक्रम, मालिका पाहून त्याप्रमाणे अनुवर्तन करण्याची इच्छा न झाली तरच नवल! मग नको तसे कपडे घालणे, वेडेवाकडे नाचणे, त्यामध्ये पाहिलेल्या गोष्टीची पालकांकडे मागणी करणे या गोष्टी सुरू होतात. पालकांकडे बऱ्यापैकी पैसे असतील व मुलही एकुलते एक असेल तर या सर्व मागण्या पुरविल्या जातात. गरीब मुले

या गोष्टी मिळविण्यासाठी चोरीमारीचा अवलंब करण्यास मागेपुढे पाहात नाहीत. टी.व्ही. वरील जाहिरातीचाही अशाच प्रकारे पाल्यावर व पालकांवर परिणाम होतो. मुलांची तब्येत सुधारण्यासाठी विविध पौष्टिक आहार दाखविले जातात; ते मुलांना दिले जातात. परिणामत: मूल नैमित्तिक आहार घेण्यास टाळाटाळ करते. काही ३-४ वर्षांची मुले टी. व्ही. चालू केल्याशिवाय जेवत नाहीत. आपणही मालिकांमधील घराप्रमाणे ऐसपैस राजवाड्याप्रमाणे घर बांधावे असे पालकांना वाटते. आपली राहणीही ही मंडळी बदलतात. पाल्यामध्येही नकळत बदल होत असतात. मग परवडत नसेल तरी कर्ज काढून पाल्यासाठी पालक मंडळी काहीही करावयास तयार होतात. असा हा टी.व्ही. पाल्याला घडविण्यापेक्षा बिघडवण्याचाच उद्योग करीत असतो. अर्थात, यामध्ये टी.व्ही.ची काहीच चूक नाही हे लक्षात घेतले पाहिजे. हे साधन कसे वापरायचे याचा गंभीरतेने विचार पालकांना नसतोच! या वयात मुलांनी खेळायचे, निसर्गात बागडायचे त्या वयात टी.व्ही. पाहण्याचे वेड या मुलांना लागते. अगदी खेड्यातील मुलेही अलीकडे निसर्गात रमण्यापेक्षा टी.व्ही. पाहणे पसंत करतात. निसर्गामध्ये खेळल्यामुळे होणारी नैसर्गिक जडणघडण त्यामुळे होत नाही. एका मोठ्या आनंदाला मुले पारखी होतात.

या सर्व विवेचनावरून आपले टी.व्ही.बद्दल प्रतिकूल मत होईल. मुलांनी टी.व्ही. पाहू नये अशी टोकाची भूमिका होऊ शकते, पण टी.व्ही. चांगल्या जडणघडणीकरिता उपयोगीही असतो. मालिका किंवा सिनेमा, नाचाचे कार्यक्रम असतात त्याप्रमाणे माहिती देणारे विविध कार्यक्रमही असतात. विविध नामांकित व्यक्तींच्या मुलाखती, निसर्गभ्रमंती किंवा निसर्गाची वैविध्ये दाखविणारे कार्यक्रम तसेच जगभरातील विविध घडामोडी टी.व्ही.वर दाखविल्या जातात; असे कार्यक्रम हेरून पाल्यांना हे कार्यक्रम पाहायला लावल्यास किंवा इतर करमणुकीच्या कार्यक्रमांसोबत हे कार्यक्रम पाहण्याची सवय मुलांना लावल्यास पाल्याची जडणघडण चांगल्या प्रकारे होऊ शकते. अशा कार्यक्रमांतून चांगल्या गोष्टीचे आयुष्यात अनुकरण करण्याची इच्छा होऊ शकते. हिस्टरी, डिस्कव्हरी किंवा ॲनिमल प्लॅनेट या चॅनेलवर अतिशय रंजक कार्यक्रम असतात. त्यामुळे पाल्याचे व्यवहारज्ञानही वाढते. यातून त्यांचे अनुभवविश्व विस्तृत होते. पालकांनी या कार्यक्रमासंबंधी पाल्याशी चर्चा केल्यास 'आदर्श नागरिक' होण्यास मदत होऊ शकते.

थोडक्यात टी.व्ही.मुळे मुले बिघडतात ती या माध्यमाचा योग्य प्रकारे वापर न केल्यामुळे पालकांच्या उदासीनतेमुळे बकाल कार्यक्रमच मुले पाहतात. त्यामुळे टी.व्ही.बद्दल वाईट मत होऊ शकते. टी.व्ही.चा मुलांची उत्तम जडणघडण होण्याच्या दृष्टीने वापर कसा करावा, हे पालकांनी प्रथम समजून घेणे महत्त्वाचे होय.

आधुनिक विज्ञानयुगात संगणकाचे ज्ञान नसलेला माणूस निरक्षर मानला जातो. संगणकाचे नैमित्तिक जीवनात बरेच महत्त्व आहे. बाजारात, कारखान्यात, कॉलेजात

किंवा तत्सम संस्थांत संगणकाचे साम्राज्य चालते. थोडक्यात काय तर माणसाच्या जीवनाचा संगणक हा अविभाज्य घटक आहे. संगणकाद्वारे चालणारे 'इंटरनेट' हे ज्ञानाचे भांडारच आहे. आपल्याला हव्या असणाऱ्या विषयाची हवी तेवढी माहिती या 'इंटरनेट'च्या माध्यमातून मिळवता येते. मला या गोष्टीबाबत माहीत नाही, हे म्हणणे या संगणकीय युगात अपराधच आहे.

संगणकाचे ज्ञान पालक व पाल्य या दोघांनाही अवगत असते. संगणक आता अगदी खेड्यातील शाळांमध्येही उपलब्ध असतो. खेड्यातील मुलांनाही संगणक वापरता येतो. एकंदरीत संगणकाचा व्यवहारातील वापर व संगणकाचे ज्ञान खेडोपाडीही अवगत होणे, हे नक्कीच अभिमानास्पद आहे.

अशा या संगणकाचा पाल्याच्या जडणघडणीशी अनिवार्य संबंध असणार हे निश्चित! छपाई करणे, हिशोब लिहिणे, इंटरनेटद्वारे माहिती मिळवणे, फोटोग्राफी, व्याख्यान देण्यासाठी सीडी तयार करणे, मालाची विक्री करणे, बिले करणे तसेच फावल्या वेळात संगणकीय खेळ खेळणे या प्रकारची विविध कामे संगणकाचे माध्यमातून करता येतात. अगदी लहान वयात संगणकाचे ज्ञान मिळविल्यास पाल्याचे व्यक्तिमत्त्व अष्टपैलू होऊ शकते. पाल्य आवडणाऱ्या गोष्टीवर संगणकाचे माध्यमातून प्रभुत्व मिळवू शकतो. लहानपणापासूनच त्या गोष्टीतील विविध बारकाव्यांचा अभ्यास करू शकतो.

ही गोष्ट जितकी खरी तितकीच संगणकाद्वारे वेळ फुकट घालवला जातो. संगणकावर फावल्या वेळात खेळ खेळणारे अनेक पाल्य आहेत. त्यांचेबरोबरीने पालकही हे संगणकीय खेळ खेळत असतात. अगदी गरीब मुले 'कॅफे' मध्ये जाऊन हे संगणकीय खेळ खेळताना दिसतात. संगणक हा इतर अनेक चांगल्या गोष्टी शिकण्यापेक्षा हे खेळ खेळण्यासाठी खरेदी केलेला असतो, असे वाटते. त्यामुळे फावल्या वेळात मैदानी खेळ खेळण्याचे प्रमाण तरुणपिढीत बरेच कमी झाले आहे. जे टी.व्ही.मुळे झाले ते संगणकानेही झाले.

अगदी लहान वयापासून ही मुले संगणकीय खेळामध्येच स्वतःला रमवून घेतात. संगणकावर खेळ खेळताना भरपूर खाणेही होते. त्यामुळे वजन वाढते व स्थूलपणा येतो. अशा प्रकारच्या संगणकाच्या वापरामुळे पाल्यांचे शारीरिक व मानसिक आरोग्य पूर्णपणे धोक्यात आले आहे.

असा हा संगणक शालेय जीवनापासून हाताळायला मिळाल्यामुळे पालक आपल्या पाल्याला प्रगतिपथावर नेऊ शकतात; पण त्याचबरोबर हे खेळ जर मुले खेळत बसली किंवा इंटनेटव्दारे नको त्या गोष्टी पाहू लागली तर हे असे पाल्य हाताबाहेर जायलाही फार कष्ट पडणार नाहीत.

मोबाईल फोन हा अगदी लहानपणापासून मुलांच्या हाती दिसतो. अगदी पहिली दुसरीतल्या मुलांनाही हा वापरता येतो. किरकोळ कामासाठीही मोबाईल लावा असेही

मुले पालकांना सल्ला देताना दिसतात. पालकही हा सल्ला कौतुकाने ऐकताना दिसतात. प्राथमिक व माध्यमिक शाळांमधील मुले मित्राजवळ अभ्यासाची किंवा शाळेतील तासिकांची चौकशी मोबाईल फोन वरून करतात. पालक या सर्व गोष्टींकडे हताशपणे पाहत असतात.

दहावी, बारावी व कॉलेजमधील मुलांच्या हातात सर्रास मोबाईल फोन दिसतोच. मैत्रिणींशी गप्पा मारणे, अश्लील एसएमएस करणे, मित्राशी तासन्तास गप्पा मारणे या गोष्टी चालू असतात. अगदीच काही नसेल तर गेम खेळणे किंवा गाणी ऐकण्याचा कार्यक्रम सतत चालू असतोच.

पाल्य सहलीला जाणार असेल तर पालकच त्याला मोबाईल फोन देतात. शाळेमध्ये किंवा कॉलेजात हा नेणे निषिद्ध असले तरी गुपचूप मोबाईल फोन शाळेत वापरणाऱ्या मुलांची संख्या कमी नाही. आर्थिकदृष्ट्या कमजोर वर्गातील मुले आपल्या पालकांकडे मोबाईल फोन घेण्यासाठी तगादा लावत असतात. थोडक्यात, शालेय व महाविद्यालयातील शिक्षण मोबाईल फोन वापरल्याखेरीज शक्य नाही अशी परिस्थिती आहे.

याचा पाल्याच्या घडणीवर काय परिणाम होतो, हा प्रश्न येतोच. गरज नसताना मोबाईल फोन वापरल्यामुळे वेळ, पैसा व बुद्धी नको त्या ठिकाणी वाया जाते. अर्थात, काही वेळा वेळअपव्यय टाळता येतो हे जरी खरे असले तरी यामुळे फार फायदा होत नाही. मित्र-मैत्रिणींच्या नको त्या गोष्टींमुळे हे सहज शक्य होते. केव्हाही मित्र-मैत्रिणींशी किंवा मित्रांशी गप्पा मारल्यामुळे नको त्या गोष्टीकडे जरुरीपेक्षा जास्त लक्ष लागून राहते. मोबाईल फोन विकत घेण्यासाठी खर्च होतोच. हा गरज नसलेला खर्च असतो. नको इतका चंचलपणा येण्याची शक्यता नाकारता येत नाही. प्रत्येक पाल्याला आपणाकडे मोबाईल फोन असणे अनिवार्य वाटते. परिस्थिती नसताना पालकांना यासाठी पैसे खर्च करावे लागतात.

संगणक, टी.व्ही. व मोबाईल फोन यामुळे पाल्याचे जीवन गढूळ होताना दिसते. खरे तर या तिन्ही गोष्टी अतिशय उपयुक्त आहेत. त्याचा वापर योग्य प्रकारे व शिस्तीने केल्यास जीवन संपन्न होणे शक्य आहे; पण संगणकाचा उपयोग गेम खेळण्यासाठी, मोबाईलचा उपयोग गप्पा ठोकण्यासाठी व मैत्रिणींना व मित्रांना भेटण्याचे ठिकाण व स्थान ठरविण्यासाठी, टी.व्ही.वर नको ते कार्यक्रम पाहून त्याप्रमाणे जीवनात वागणे शक्य नसले तरी तसे जीवन जगण्याचा प्रयत्न करणे अशा अनेक गोष्टींचा पाल्याच्या जडणघडणीवर परिणाम न होईल तरच नवल.

या सर्व गोष्टी कशा प्रकारे वापरल्याने पाल्याचे भले होईल हे पालकांनी समजून घेणे अतिशय महत्त्वाचे आहे. त्यासाठी पालकांनी जर या सर्व गोष्टींचा वापर योग्य प्रकारे केला तर पाल्य या गोष्टीचा योग्य प्रकारे वापर करतील.

या साधनांचा विविध प्रकारे वापर करून जीवनशैली संपन्न करण्यास हरकत नाही. या तिन्हींचा महत्त्वाचा परिणाम म्हणजे मुलाचे निसर्गाशी नाते व त्याचा खेळण्याचा वेळ कमी झाला आहे. निसर्गाशी नाते दूरचे झाल्याने व्यापक विचार न होता कोती विचारशैली निर्माण होते. खेळामुळे शरीर संपन्न होते, मन प्रसन्न होण्यास मदत होते. जडणघडणीत खेळ व निसर्गाशी जवळीक यांचा महत्त्वाचा वाटा आहे हे नाकारून चालणार नाही. ज्या वयात खेळायचे व निसर्गात मौज करायची त्या वयात संगणकासमोर अथवा टी.व्ही.समोर तासनूतास बसून तोटा नाही का होणार?

पुस्तक वाचन आणि वरील उपलब्धीमध्ये महत्त्वाचा फरक असा की, टी.व्ही., संगणक व मोबाईल फोन यामध्ये माणूस सहज गुंततो. पाल्याला या गोष्टीमध्ये गुंतवून घेण्यास वेगळे प्रयत्न करावे लागत नाहीत; म्हणूनच या तीनही गोष्टींचा जडणघडणीवर सहज परिणाम होत जातो. पाल्याने संगणक, टी.व्ही. व मोबाईल फोन यांचा वापर कसा करावा, त्याचे विविध उपयोग व वाईट परिणामांच्या बाबतीत पाल्याबरोबर संवाद होणे इष्ट होय. एकदा यामध्ये माणूस गुंतू लागला की सहजपणे त्यापासून परावृत्त करणे कठीण असते.

या तीनही गोष्टींचा योग्य तऱ्हेने वापर झाला नाही तर कालापव्यय व आर्थिक नुकसान होऊ शकते. त्यातील वाईट गोष्टी मुले आधी शिकतात व चांगल्या गोष्टींकडे दुर्लक्ष करतात; वाईट गोष्टींचे अनुकरण लवकर होते. पालकांचे पाल्याशी याबाबतीत संवाद होत नसतील तर ही तीनही साधने गंभीर समस्या उत्पन्न करू शकतात.

'वाचाल तर वाचाल' अशी एक म्हण आहे. वाचनाचा माणसाच्या व्यक्तिमत्त्व सुधारणेसाठी उपयोग होतो म्हणूनच ही म्हण प्रचलित आहे; पण किती टक्के माणसे वाचन करतात? रोजचे वर्तमानपत्र वाचणाऱ्या माणसांचे प्रमाण किती आहे? अगदी साधी पुस्तकेही किती माणसे वाचतात? किती पालक व शिक्षक अवांतर वाचन करतात? खरेच या सर्व प्रश्नांचे एकच उत्तर आहे ते म्हणजे वाचन करणाऱ्यांची संख्या फारच नगण्य आहे; तरीही समाजातील काही लोक वाचतात हेही नसे थोडके!

बरेचदा वाचनाची सवय पाल्यांना पालकाचे वाचन पाहून आपोआप लागते. अर्थात, हे विधान शंभर टक्के खरे असेल असे नाही. काही पाल्यांना स्वभावत:च वाचनाची सवय असू शकते; पण बरेचदा ही सवय लावावी लागते किंवा स्वत: लावून घ्यावी लागते; ही सवय का लावावी त्याचे पाल्यांना महत्त्व पटले पाहिजे किंवा पटवून दिले पाहिजे.

प्रथमत: वाचन हे मनोरंजनाचे उत्तम साधन आहे. हे साधन सहज उपलब्ध होऊ शकते. आजकाल अगदी प्राथमिक शाळेमध्येही वाचनालये असतात. लहानपणी पौराणिक कथा, रामायण, महाभारत, ऐतिहासिक, विविध योद्धे व महत्त्वाच्या व्यक्तींच्या कथा, प्राथमिक भौगोलिक माहिती, छोटी छोटी प्रवासवर्णने वाचून बालमन आनंदी होते; या

सर्व गोष्टीत रमते. काहीजण या वाचनातून स्फूर्ती घेऊन त्याप्रमाणे वाटचाल करण्याचे ठरवितात. आपण लष्करात जायचे हा विचार लढायांच्या कथा वाचून होऊ शकतो. वाचनाचा दुसरा फायदा म्हणजे आपल्या आयुष्याची दिशा ठरविण्यासाठी लागणारे मौलिक विचार वाचनातून मिळू शकतात. वाचनातून विविध विषयांवरील माहिती मिळू शकते. हा तिसरा फायदा. या विविध विषयांवरील ज्ञान आपल्या आयुष्यात वापरले जाऊ शकते. आपले विचार व त्यानुरूप आपली वागणूक जास्तीत जास्त नीतिमान होते. वाचनामुळे हा होणारा चौथा फायदा.

वरील सर्व गोष्टी माणसाच्या जडणघडणीत महत्त्वाच्या असतात; म्हणून पाल्याला अगदी लहान वयापासून वाचनाची सवय लावणे गरजेचे. अर्थात, त्याला त्याच्या वयोमानाप्रमाणेच वाचनाची पुस्तके देणे गरजेचे असते. वाचनाची सवय लावण्यासाठी मुलाकडून दररोज वाचून घेणे उत्तम; पण शेवटी असे केले तरी पाल्याला वाचनाचे महत्त्व पटल्याखेरीज तो रस घेऊन वाचन करत नाही. विविध पुस्तके वाचण्याची आस आतूनच यावी लागते आणि असे झालेले वाचन हेच माणसावर काही परिणाम करू शकते. आपण वाचलेल्या पुस्तकांचे मनन करण्याची सवय जर पाल्याला लागली तर ही गोष्ट जडणघडणीच्या दृष्टीने महत्त्वाची होऊ शकते. किंबहुना, परिपक्व व्यक्तिमत्त्वासाठी हीच गोष्ट महत्त्वाची आहे.

कुटुंबातील व्यक्ती व समाज या दोन घटकांखेरीज टी.व्ही., संगणक, मोबाईल फोन व वाचन हे चार घटक पाल्याच्या जडणघडणीतील महत्त्वाचे काम करतात. पाल्याच्या जडणघडणीवर या गोष्टींमुळे परिणाम होतोच. सध्याच्या वैज्ञानिक युगात या चार गोष्टींचा परिणाम न होता मुलाची घडण झाली हे म्हणणे धाडसाचे होईल. अगदी सामान्यातील सामान्य, गरिबातील गरीब मुलाचाही या गोष्टीशी संबंध येतोच; म्हणून या अपरिहार्य गोष्टींचा मुलाच्या जडणघडणीवर सकारात्मक कसा परिणाम होऊ शकेल, याचा विचार पालकांनी करणे अतिशय गरजेचे होईल. हा विचार केल्यास माझा मुलगा टी.व्ही.मुळे फुकट गेला, असे अपरिपक्व विधान करण्याचे धाडस कोणीही करणार नाही.

७

सगेसोयरे

बालकाच्या जडणघडणीत पालकांचे (आई-वडिलांचे) महत्त्व आहे हे वादातीत; पण आई-वडील सोडून इतर नातेसंबंधितांचाही महत्त्वाचा वाटा असतो हे नि:संशय. आपला समाज पितृप्रधान असल्याने वडिलांच्या आई-वडिलांचा म्हणजे आजी-आजोबांचा पाल्यावर बराच परिणाम होतो. या आजी-आजोबांना मी खरे आजी-आजोबा म्हणतो. आईचे आई-वडील हेही आजी-आजोबाच पण त्यांचा विचार होऊ शकत नाही. आपले नातवंड म्हणजे दुधावरची साय त्यामुळे आजी-आजोबा या नातवंडांबद्दल जास्तच हळवे असतात. नातवंडांवर त्यांच्या आई-वडिलांपेक्षा या आजी-आजोबांचाच हक्क जास्त असतो, असाच समज बऱ्याच कुटुंबात आहे. या नातवंडाबाबत कोणतेही निर्णय ही मंडळीच घेतात. नातवंडांचे कमी-जास्त लाड पुरवणे हे यांचेच काम. आपल्या सुनेने या तिच्या मुलांना बोललेले यांना जराही आवडत नाही. अतिलाड करून नातवंडांची वागणूक बिघडवून टाकण्यास हीच मंडळी जबाबदार असतात. काही आजी-आजोबा नातवंडांचे बाबतीत पूर्ण त्रयस्थपणे वागताना दिसतात. नातवंडांसंबंधी कोणताही निर्णय ते घेत नाहीत. किंबहुना, जर सून नोकरी करणारी असेल तर त्या काळात नातंवडांना सांभाळण्याची जबाबदारीही ही मंडळी घेत नाही. 'आम्ही केलेले सुनेला पटले नाही तर?' असा त्यांचा शेरा असतो. काही आजी-आजोबांची वागणूक नेटकी असते. नातवंडे ही आपली मुले नव्हेत याचे भान त्यांना असते. त्यांचेसंबंधी निर्णय ही मंडळी त्यांचे आई-वडिलांवर सोडतात. काही वेळा सल्ला देतात; पण अजिबात आग्रह नसतो. आपल्या मुलानी नातवंडाची काही जबाबदारी यांच्यावर टाकल्यास ते नेमस्तपणे ती उचलतात. कधीही त्यांची हटवादी किंवा टोकाची भूमिका नसते. जडणघडणीसाठी जरूर असलेल्या सर्व गोष्टीही आजी-आजोबा करीत असतात; पण हटवादी भूमिका नसल्याने त्यांचा

त्रासही होत नाही. अशा वेळी नातवंडाची जडणघडण बऱ्याच अंशी परिपूर्ण होत असते. त्यांच्या आई-वडिलांच्या व्यस्त दिनचर्येत नातवंडांना मोलाच्या गोष्टी सांगून त्यांची नैतिकता कशी वाढेल, त्यांचे वागणे योग्य प्रकारे कसे होईल इकडे त्यांचे लक्ष असते. नातवंडेही या आपल्या म्हाताऱ्या आजी-आजोबांची योग्य-प्रकारे काळजी घेतात. एकंदरीत सर्व मामला सहकार्याचा असतो. घरातील वातावरण प्रसन्न असतेच पण पाल्याच्या जडणघडणीस पोषकही असते.

आईच्या आई-वडिलांचा नातवंडांशी फारसा संबंध येत नाही. कधी नातवंडे आजोळी गेली किंवा हे आजी-आजोबा मुलीकडे पाहुणे आले तरच संबंध येतो. कधी-कधी सासरी मुलाला सांभाळावयास कोणी नसेल तर नोकरी करणारी आई मुलांना आपल्या आई-वडिलांकडे ठेवते. मग मात्र पाल्याचा या आजी-आजोबांशी संबंध येतो. खऱ्या आजी-आजोबांप्रमाणे नातवंडांशी यांचे संबंध बनतात. जबाबदार आजी-आजोबा असतील तर नातवंडाचे व्यक्तिमत्त्व परिपूर्ण होण्यास मदत होते; पण नातवंड सांभाळण्याचे काम एक ओझे म्हणून वाहण्याची प्रवृत्ती असेल तर त्यांच्यात व नातवंडांच्यात भावनिकता अभावानेच आढळते. मग ते दुसऱ्याचे मूल म्हणून घाबरूनच हे आजी-आजोबा वागतात असे दिसून येते.

थोडक्यात, आजी-आजोबांचा (हयात असतील तर) नातवंडांच्या जडणघडणीत बराच परिणाम होताना दिसतो. आजी-आजोबा खरे तर नातवंडाच्या जडणघडणीत महत्त्वाची भूमिका बजावू शकतात. अलीकडे आजी-आजोबा तब्येतीने चांगले असतात, त्यांना वेळही भरपूर असतो. हे आजी-आजोबा सुशिक्षितही असतात. लहानपणापासूनच चांगले काय वाईट काय, कोणत्या गोष्टी कराव्यात हे फाजील लाड न करता आजी-आजोबा नातवंडांना सांगू शकतात. प्रेमळपणाने केलेले संस्कार निश्चितच परिणामकारक असतात. नातवंडांचे व्यक्तिमत्त्व चतुरस्र होऊ शकते. (अलीकडे तसे पाहिले तर नातवंडांची संख्याही कमीच असते.) अर्थात, हे सर्व करताना आजी-आजोबांनी नातवंडांच्या आई-वडिलांना विश्वासात घेणे गरजेचे असते. नाहीतर आई-वडील व आजी-आजोबा यांच्यात वाद सुरू होऊन बिचारे नातवंड मधल्यामध्ये भरडून निघायचे.

आर्थिकदृष्ट्या कमकुवत वर्गामध्ये आई-वडील कामावरच असतात. आई पहिले चार ते सहा महिने घरी असते. नंतर बऱ्याचदा आजीच मुलाचा ताबा घेते. त्यामुळे या मुलांचा बराच वेळ आजीबरोबरच जातो. आजी तिच्या कुवतीनुसार मुलांचे संगोपन करते. तिला जमतील तसे बरे-वाईट संस्कार करते.

घरातील एखादा नातलग (मामा, काका) मोठी व्यक्ती असेल. अर्थात, याचा अर्थ

नुसते पैशाने नाही तर त्याचे सामाजिक काम मोठे असेल, शैक्षणिकदृष्ट्या तो मोठा असेल, खेळाडू असेल किंवा तत्सम एखाद्या गोष्टीत माहीर व्यक्ती असेल तर त्या नातलगाचा काही वेळा पाल्यावर परिणाम होतो. या मुलाचा तसा दृष्टिकोन असणे गरजेचे असते. आई-वडील जर असेच थोर असतील तर त्यांचाही परिणाम होतोच. बाबा आमटे यांची मुले त्यांच्याप्रमाणेच सामाजिक कामात रस घेऊ लागली. वसंतराव देशपांडे यांचा नातू त्यांच्याप्रमाणे उत्तम गायक झाला. आई-वडील किंवा आजी-आजोबा थोर नसतील तर अशा जवळच्या नातलगाचा मुलांवर परिणाम होऊन आपले व्यक्तिमत्त्व त्या नातलगाप्रमाणे अष्टपैलू होण्यासाठी मुलाचा प्रयत्न असतो.

काही वेळा नातलगाच्या वाईट सवयींचे अनुकरणही मुले करतात. अगदी लहान वयात तंबाखू खाणे, सिगारेट ओढणे इत्यादी सवयी (नातलगांचे पाहून) लागलेली मुले पाहावयास मिळतात. थोडक्यात, नातलगांचा आई-वडिलांप्रमाणेच चांगला-वाईट परिणाम होऊ शकतो.

पूर्वी अविभक्त किंवा एकत्र कुटुंबपद्धतीत नातलगांचा मुलाशी घनिष्ठ संबंध येत असे. अलीकडे विभक्त कुटुंबपद्धतीमुळे आई-वडील व जास्तीत जास्त आजी-आजोबाच मुलांच्या सान्निध्यात जास्त वेळ असतात. काका, मामा इत्यादी नातलग क्वचित भेटतात. आई-वडील घरी नसतात तेव्हा मूल लहान असेल तर पाळणाघरात व मोठेपणी शाळेत किंवा घरी एकटेच असते. अशा वेळी टी.व्ही., संगणक हेच त्याच्या सोबतीला असतात. अर्थात, आर्थिकदृष्ट्या कमकुवत वर्गात अजूनही एकत्र कुटुंबपद्धतीच दिसून येते. तेथे मूल नातलगांच्याच सहवासात असते. मध्यमवर्गात नातलगांची ओळख बऱ्याचदा लग्न समारंभातच होते.

नातेसंबंध समजणे हे जडणघडणीच्या दृष्टीने गरजेचे असते. नातलगाची सुख-दु:खे समजावून घ्यायला लागल्यानंतर सामाजिक सुख-दु:खाची जाणीव होऊ शकते. एकमेकांच्या कौटुंबिक समस्यांचा लहान मुलांच्या संस्कारक्षम मनावर निश्चितच परिणाम होत असतात. त्या समस्या आपले नातलग कशा हाताळतात, त्यांना कसे सामोरे जातात यावर मुलांचे लक्ष असते. त्यानुसार आपणही वागले पाहिजे अशी नकळत जाणीव मुलांना होत असते. यासाठी वेगळे शिक्षण देण्याची गरज भासत नाही. आपल्या वडिलांना एखाद्या नातलगाने आपत्तीत कशा प्रकारे मदत केली हे पाहून आपोआप आपणही अशाच प्रकारे वागावे हे बालमनाला समजते.

मुलाच्या जडणघडणीत आई-वडिलांच्या प्रमाणेच नातलगांचाही वाटा असतो. अर्थात, त्यासाठी नातलगांशी फक्त कारणपरत्वे संबंध न ठेवता नियमित संबंध

ठेवणे योग्य ठरते. आजी-आजोबा, काका, मामा, मावशा, आत्या ही सर्व नाती म्हणूनच मुलांना समजली पाहिजेत. आता सख्ख्या आत्या किंवा मावशा असतीलच असे नाही; पण हे सख्खे, चुलत सर्व प्रकारचे संबंध दृढ होणे गरजेचे आहे. समारंभात होणारी भेट ही फक्त तत्कालीनच असते. संबंध दृढ करण्यासाठी वरचेवर भेटीगाठी होणे गरजेचे.

नातेवाइकांशी संबंध सुदृढ असतील तर सामाजिक पातळीवर समाजातील व्यक्तींशी चांगले संबंध जुळतात. कोणाच्याही अडीअडचणींमध्ये धावून जाण्याची मानसिकता वाढू शकते. अर्थात, काही व्यक्ती आपण व आपले सगेसोयरे एवढ्यापुरते संबंध मर्यादित ठेवतात. सामाजिक पातळीवर 'आम्हा काय त्याचे' अशी मानसिकता होऊ शकते.

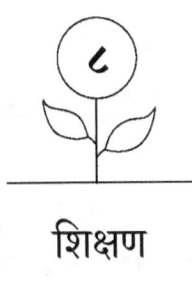

८

शिक्षण

गांधीजी म्हणतात, शिक्षणामुळे माणसाची नैतिकता अजिबात वाढत नाही, तरीही मुलांच्या जडणघडणीमध्ये शिक्षणाचे महत्त्व अनन्यसाधारण आहे. नैतिकता हा जडणघडणीचा महत्त्वाचा भाग आहे हे सत्य नाकारता येत नाही.

नैतिकतेमध्ये जरी शिक्षणामुळे फरक पडत नसला तरी शिक्षण व जडणघडण यांचा संबंध आहेच. जीवनाचे विविध पैलू असतात. त्यातील नैतिकता हा एक. भूक भागवणे, व्यवहारज्ञान मिळवणे, उद्योगधंदा करण्यास लागणारे ज्ञान अवगत करून घेणे, करमणूक करणे, सामाजिक व कौटुंबिक संबंध अशा अनेक बाबींचा विचार करता येईल. शिक्षण हे या सर्व गोष्टींचे ज्ञान अवगत करण्यासाठी किंवा या गोष्टी सफाईदारपणे मांडण्यासाठी गरजेचे आहे, म्हणूनच जडणघडणीत शिक्षणाचे महत्त्व अपार आहे.

जीवनातील विविध गोष्टी यशस्वीपणे पार पाडण्यासाठी वरील सर्व गोष्टींचे ज्ञान असावे लागते. अर्थात, असे ज्ञान व्यक्तींकडून मिळू शकते. जसे गायन - एक गवई दुसऱ्या गवयाला शिकवतो; पण असे करणे सर्रास प्रत्येक माणसाला किंवा पाल्याला शक्य नसते. एखादी खास बाब आपण अशा प्रकारे शिकू शकतो; पण सर्वांना, समाजातील प्रत्येक व्यक्तीला व्यवहारकुशल बनविण्याकरिता शिक्षणाची गरज आहे. माणूस शालेय शिक्षण घेतल्यासच व्यवहारकुशल बनतो असेही नाही; पण मग त्याला कोणाकडून तरी असे शिक्षण घ्यावे लागते हे निश्चित!

भूक भागविण्यासाठी कष्ट करणे आवश्यक असते. कष्ट किंवा काम न करता अन्न फार कमी लोकांना मिळते. हे कष्ट करताना कमीत कमी ज्ञान माणसाला असणे गरजेचे असते. हे ज्ञान प्राथमिक शिक्षणातून मिळते. इयत्ता सातवीपर्यंतच्या शिक्षणात सर्वसामान्य जीवन जगण्याकरिता आवश्यक गोष्टींची पाल्याला माहिती मिळते. या शिक्षण घेण्याच्या

कालादरम्यान जीवनातील अनेक गोष्टींची त्याला तोंडओळख होते. यासंबंधी मागील प्रकरणात बराच ऊहापोह केला आहे. द्विरुक्ती टाळण्यासाठी हे सर्व परत लिहीत नाही. या शिक्षणाचे अनुषंगाने बऱ्याच गोष्टी मुलांसमोर घडत असतात. त्याचा परिणाम, विचार यामुळे नकळत पाल्यावर परिणाम होतो.

माध्यमिक शिक्षण, महाविद्यालयीन शिक्षण याचेही महत्त्व आपण पाहिले आहेच. या सर्व शिक्षणाचे दरम्यान आपण मोठेपणी काय करणार आहोत, कसे वागणार आहोत, समाजात आपले स्थान काय असेल इत्यादी गोष्टींचे भानही मुलांना येते. आपल्या व्यवसायात आपण कसे वागायचे हेही मूल ठरवू शकते. यासंबंधी विविध शिक्षकांकडून किंवा पुस्तकाद्वारे त्यासंबंधी त्याचे विचार अधिक प्रौढ किंवा विकसित होऊ शकतात. अर्थात, या सर्व गोष्टी करण्यास ते मूल अधीर असेल तरच हे शक्य होते.

गांधीजींनी म्हटल्याप्रमाणे शिक्षणामुळे नैतिक मूल्यात वाढ होत नाही हे जरी खरे असले तरी एखाद्याला तशी वाढ करून घेण्याची इच्छा असेल तर ते करणे शिक्षणामुळेच शक्य होते. हे शिक्षण शाळा-कॉलेजात घ्यावयाचे की व्यक्तीकडून घ्यावयाचे किंवा स्वत: पुस्तके वाचून आत्मसात करायचे हा ज्याचा त्याचा प्रश्न आहे. चांगल्या जडणघडणीसाठी शिक्षण महत्त्वाचे आहे हे निश्चित!

शिकावे कसे हे कळण्यासाठी ही शिक्षणाची गरज असते. आपणाला एखादी पदवी प्राप्त होते. त्या पदवीमुळे आपण हुरळून जातो. आपणाला त्या विषयातील ज्ञान प्राप्त झाले असेच वाटते. त्यातच पदवीधर झालो की ज्ञानाबद्दल आपले हात स्वर्गालाच लागल्यासारखे वाटते. खरे तर पदवी प्राप्त होते किंवा द्विपदवीधर होणे याचा अर्थ इतकाच असतो की, त्या विषयातील ज्ञान मिळविण्यास आपण लायक झालो. आता त्या विषयाचे शिक्षण कसे घ्यावयाचे हे आपण शिकलो आणि यापुढे त्या विषयाची विविध पुस्तके अथवा विद्वान व्यक्तींकडून आपण त्या विषयाचे सखोल ज्ञान मिळवायचे, पण पदवी मिळविणे हे पैसे मिळविण्याचे साधन म्हणूनच पाहिले जाते. चरितार्थासाठी ते अत्यंत गरजेचे आहेच; पण पदवी घेण्याचा मूळ हेतू विसरला जातो त्याचे काय?

पाल्याची जडणघडण होताना शिक्षण हा पैलू त्याच्या मनात रुजणे गरजेचे; नाहीतर एका मुलाला ''शिक्षण कशासाठी घेतोस?'' हा प्रश्न विचारल्यावर त्याचे उत्तर होते ''पैसे मिळविण्यासाठी!'' हा शिक्षणाचा योग्य उपयोग की दुरुपयोग खरेच याचे उत्तर देणे अवघड दिसते; पण बोर्डामध्ये विशेष प्रावीण्य संपादन केलेली मुले मोठेपणी आपल्या शिक्षणाचा उपयोग स्वत:चा उद्धार करण्यासाठी म्हणजेच स्वार्थासाठी करीत आहेत.

स्वत:ची ऐहिक श्रीमंती वाढविणे हाच शिक्षणाचा महत्त्वाचा हेतू झालेला आहे. भ्रष्टाचार करणाऱ्या माणसांत उच्चशिक्षित माणसांचा बराच सहभाग आहे. हे सर्व पाहिले की, माणूस शिक्षणामुळे सुसंस्कृत झालेला दिसत नाही, हे दुर्दैवाने म्हणावे लागेल आणि मग गांधीजींचे विधान सत्य आहे याची प्रचिती येते.

थोडक्यात, जडणघडणीमध्ये शिक्षणाचा उपयोग आपण योग्य प्रकारे करावयाचा असतो. विचारांची बैठक योग्य असेल, माता-पित्याचे त्यादृष्टीने प्रयत्न असतील तर शिक्षणाचा जडणघडणीत चांगल्या प्रकारे उपयोग करून घेता येणे शक्य आहे.

९

सामाजिक व कौटुंबिक बांधिलकी

जडणघडणीमध्ये पाल्याला सामाजिक व कौटुंबिक बांधिलकीचे भान करून देणे आवश्यक असते. कुटुंबाप्रती व समाजाप्रती आपली जबाबदारी काय, हे पाल्याला समजले तरच त्याची जडणघडण योग्य प्रकारे झाली असे म्हणता येईल.

एखादा हुशार, उच्चशिक्षित, उत्तम संस्कार असलेला माणूस सर्व संगपरित्याग करून आध्यात्मिक प्रगती करण्यासाठी गेला तर त्याची जडणघडण योग्य प्रकारे झाली हे म्हणणे धाडसाचे ठरेल. अशा माणसाचे जनमानसात फारच कौतुक होऊ शकते. त्याच्या त्यागाचे, त्याच्या ज्ञानाचे गोडवे गायिले जातात; पण हा माणूस कौटुंबिक व सामाजिक बांधिलकी विसरला हेच म्हणावे लागेल. आपल्या उन्नतीसाठी हा माणूस झटणार आहे; म्हणजे अजून त्याच्या 'मी' ची आठवण गेलेली नाही. ज्ञानेश्वरांनी संन्याशाची व्याख्या एका ओळीत सुंदर केली आहे.

'मी माझे ऐसी आठवण ! न सोडी याचे अंत:करण!
तेणे संन्याशी जाण ! निरंतर !!'

आपली जडणघडण योग्य प्रकारे झाल्यानंतर माणसाने आपली प्रगती करून घेता घेता कुटुंब व समाज यासाठी झटले पाहिजे हेच या ओवीतून प्रतीत होते.

समाजात किंवा कुटुंबात एक दुसऱ्यासाठी जगायचं असतं. समाजात कसं वागायचं त्याची रंगीत तालीम कुटुंबामध्ये वागणुकीचे धडे घेऊन शिकायचं असते. जसे कुटुंबात सर्व माणसे स्वत:चा स्वार्थ साधता साधता 'एक दुजे के लिये' जगत असतात. तीच गोष्ट समाजातही असते. स्वार्थ हा कोणालाही चुकला नाही. स्वहित पाहणे हे गरजेचेच पण त्याबरोबर जनहित होत असेल तर ते साधावे हा मंत्रही योग्यच, पाल्याची जडणघडण होताना हा विचार त्याच्या मनात व्हायला हवा.

कुटुंबातील वयस्कर व्यक्तिंना मदत करणे, लहान मुलांना आधार देणे या गोष्टी

सहज झाल्या पाहिजेत. या गोष्टी सहजसाध्य होतातही; पण त्यासाठी घरातील मोठ्यांनी तसे वागून पाल्यासमोर आदर्श ठेवणे गरजेचे आहे. आई-वडील एकमेकांची सुख-दु:खे समजून घेऊन एकमेकांच्या सुख-दु:खात सामावून जात असतील, एकमेकांना अडीअडचणीत मदत करीत असतील तर हाच आदर्श मुलांसमोर उभा राहतो, पण जर आईनेच वडिलांची सेवा करावयाची, आई आजारी पडली तरी तिने तसेच काम रेटावयाचे. वडिलांच्या सुखासाठी जगायचे. हाच आदर्श मुलांसमोर असेल तोच संदेश मुले घेत असतात. मग भावी आयुष्यात त्यांचे वागणे बदलण्याची शक्यता कमी असते. अर्थात, ही वागणूक स्वत:ला बदलण्याची कुवत असेल तर बदलू शकते; समोर आदर्श वागणुकीचे उदाहरण असेल तर तो आत्मसात करणे सहज शक्य होते.

सबलांनी दुर्बलांना आधार द्यावा हा नियम कुटुंबापासून समाजापर्यंत सर्व ठिकाणी लागू असतो. दुर्बलता ही आर्थिक, शारीरिक, भावनिक, वैचारिक बुद्धिमत्ता अशा अनेक विषयांत असू शकते. कौटुंबिक स्तरावर एखादा नातलग आपत्तीत असेल तर सर्व प्रयत्न करून सर्वांनी त्याला त्या आपत्तीतून बाहेर काढणे हे गरजेचे असते. अशाच प्रकारे सामाजिक स्तरावर वागणूक आत्मसात केल्यास व्यापक दृष्टिकोन तयार होतो.

बरेचदा कुटुंबामध्ये वागणूक व समाजातील वागणूक वेगवेगळी दिसते. नातलगाइतके ममत्व परक्या माणसाबद्दल येणे शक्य नसले तरी काही अंशी कुटुंबातील सेवाभावी वृत्ती सामाजिक स्तरावर दिसावयास हरकत नाही. आपल्या मुलाला सर्व प्रकारच्या वस्तू घेऊन देताना, तसेच आपल्या मुलाचे सर्व प्रकारचे लाड पुरविताना समाजातील गरजू गरीब विद्यार्थ्यांना थोडासा मदतीचा हात देणे हे महत्त्वाचे नाही काय? आपल्याकडील सर्व संपत्ती आपल्या मुलासाठीच खर्च करण्यावर माता-पित्यांचा भर असेल तर त्यांच्या मुलांकडून वेगळी वागणूक अपेक्षित नाही. एखाद्या विद्यार्थ्याला त्याचे शिक्षण पूर्ण करण्याकरीता किंवा धंदा प्रस्थापित करण्यासाठी जर कोणी मदत केली असेल तर त्यानेही आपल्याला कमाई सुरू झाल्यावर गरजूंना मदत करणे स्वाभाविक असते. मदत करणाऱ्याप्रती कृतज्ञता व्यक्त करायला हवीच; पण त्याहीपेक्षा दुसऱ्याला मदत करण्याची प्रवृत्ती वाढीस लागणे अपेक्षित आहे. आपल्याला मिळणाऱ्या संपत्तीचे आपण विश्वस्त म्हणून राहून त्रयस्थ या नात्याने त्या संपत्तीचा विनियोग करण्याची प्रवृत्ती मुलामध्ये जोपासणे इष्ट आहे. मी माझे पाहणार ही वृत्ती मुलामध्ये स्थिर व्हायची. सर्व काही माझाच फायदा व्हावा, माझ्या मुलासाठी मी सर्व करणार ही वृत्ती मुलामध्ये जोपासणे काय कामाचे?

मुलांची जडणघडण होत असताना ही कौटुंबिक व सामाजिक बांधिलकीची वृत्ती वृद्धिंगत होणे अपेक्षित आहे. त्यासाठी माता-पित्यांनी, कुटुंबातील मोठ्यांनी तसा आदर्श मुलांसमोर ठेवणे महत्त्वाचे आहे.

हे विश्वची माझे घर ! ऐसी मती जयाची स्थिर !

किंबहुना चराचर ! आपण जाहला !

या ओवी बरहुकूम प्रवृत्ती होणे गरजेचे आहे. एक गोष्ट ध्यानात हवीच की, वैश्विक वृत्ती जोपासताना स्वार्थत्याग करावा असे नाही; कारण स्वार्थत्याग केल्यावर जीवन अशक्यच आहे. 'नेटका स्वार्थ' अमलात आणतानाच परमार्थ करणे हे तत्त्व आचरणात आणणे हितावह होय.

आपल्याप्रमाणेच दुसऱ्याला जगण्याचा हक्क आहे. त्याचेही जीवन आनंदी झाले पाहिजे ही भावना लहानपणापासूनच मनात रुजल्यास किंवा रुजविण्याचा प्रयत्न केल्यास मोठेपणी या मुलाची विचारांची धाटणी तशीच होईल; पण पालक मुलांना स्वत:चेच हित जपण्याची शिकवणूक देतात मग मूल दुसऱ्यांचा विचार काय करणार?

पूर्वी अविभक्त कुटुंबात घरातील काका, आत्या, आजी-आजोबा वगैरे जवळचे नातलग असत. नकळत मुलाचा आई-वडिलांव्यतिरिक्त या माणसांशी संबंध येई. आपली ही माणसे एक दुसऱ्याला मदत करताना मुले पाहात असत. त्यातूनच त्यांची कौटुंबिक बांधिलकीची संकल्पना वाढीस लागत असे; पण आता 'हम दो और हमारे दो या एक' असेच कुटुंब असते. आई-वडील व मुले हेच विश्व होते, मग आपत्कालीन परिस्थितीत या तीन-चार माणसांची दमछाक होते.

सध्या आजी-आजोबा व त्यांची मुले स्वतंत्र राहतात. प्रत्येकाला स्वातंत्र्य हवे; पण कधी कधी एकमेकांची गरज लागतेच. म्हाताऱ्या आजी-आजोबांना याची जाण असणे जास्त गरजेचे. त्याच्या मुलालाही एकत्र राहण्याचे महत्त्व पटले तर हे सर्व एकत्र राहू लागू शकतात. या सर्व गोष्टींचा परिणाम बालमनावर होत असतो. आई-वडील किंवा आजी-आजोबांप्रमाणे तो मोठेपणी वागण्याची शक्यता असते.

अशाच प्रकारचा विचार हे मूल सामाजिक स्तरावर करण्याची शक्यता असते. अर्थात, एकत्र राहताना प्रत्येकाने न भांडता किंवा वाद न करता राहावे ही आदर्शवत अपेक्षा असते; पण ही अपेक्षा सर्व काळी साध्य होणार नाही. एकत्र राहिल्याने आई-बाबा व आजी-आजोबा यांच्यात काही प्रमाणात वाद होणारच! पण वादाचे रूपांतर संबंध बिघडण्यापर्यंत जाऊ नये. समाजातही व्यक्ती-व्यक्तीमध्ये वाद होतात; पण वादाचे रूपांतर भांडणात होऊ नये. याची जाणीव या कौटुंबिक नातेसंबंधातील आदर्शातून बालमनावर होऊ शकते.

कुटुंबातील आचार ही समाजात कसे वागावे यासाठी रंगीत तालीमच आहे असे म्हटल्यास अतिशयोक्ती होऊ नये.

१०

पालकांचे प्रकार

मुलाच्या जडणघडणीत पालकांचे / आई-वडिलांचे अनन्यसाधारण महत्त्व आहे. पालकांचे मुलाशी वागण्याचे वेगवेगळे पैलू असतात. एक पालक दुसऱ्यासारखा वागत नाही; यात विशेष अशी गोष्ट नाही. म्हणून पालकांचे चार प्रकार ढोबळमानाने केले आहेत.

१) हुकूमशाही प्रवृत्तीचे पालक, २) अधिकारवाणीने पण प्रेमाने वागणारे, ३) शिथिल प्रवृत्तीचे, ४) निष्काळजी प्रवृत्तीचे

१) हुकूमशाही प्रवृत्तीचे पालक - बरेचदा घरात बहुधा कर्ता पुरुष म्हणजेच वडील या प्रवृत्तीचे असतात. मग आई त्यांची 'री' ओढत असते. मुलांनीच नव्हे तर घरातील सर्व माणसांनी यांच्याच तालावर नाचले पाहिजे अशी या पालकांची प्रवृत्ती असते. आपल्या मुलांनी कुठे झोपावे, कसे वागावे, काय खावे, अभ्यास किती करावा, किती खेळावे हे पालकच ठरवत असतात. त्याच्याविरुद्ध वागणूक त्यांना अजिबात खपत नाही. मुलाने कोणता व्यवसाय करावा याही गोष्टीचा फैसला तेच करतात.

मग व्हायचे तेच होते. एक तर मुले नंदीबैलासारखी होतात. त्यांना आपले पालक महान वाटतात. त्यांच्यासमोर एकही शब्द बोलण्याची मुलांची हिंमत नसते. मग ही मुले घाबरट, लाजाळू व आत्मविश्वासहीन होतात; पण ज्या मुलांना ही हुकूमशाही पटत नाही ती हट्टी, दुराग्रही व आक्रमक होतात. ही मुले पालकांशी खुलेआम संवाद साधू शकत नाहीत. विचारांची देवाणघेवाण होऊ शकत नाही. एक तर पालकांचे बरहुकूम वागणे किंवा बंडखोरी करून पालकांची हुकूमशाही मोडीत काढणे एवढेच शक्य असते.

काही हुकूमशाही प्रवृत्तीचे पालक आपण सर्व गोष्टी मुलांच्या भल्याकरिताच करीत आहोत अशी बतावणी करतात. मुलांना पूर्ण स्वातंत्र्य असते असेही दाखवतात; पण मुलांवर अशा दृष्टीने दबाव आणतात की, ती कधीच पालकांच्या विरुद्ध वागू शकत

नाहीत. समाजात या पालकांचा मोठा दबदबा असतो. मुलासाठी जबरदस्त त्याग करतात किंवा मुलांच्या उद्धारासाठी अहोरात्र हे मेहनत करतात अशीच यांची प्रतिमा समाजात असते. तसेही कर्तृत्ववान असल्याने घाबरट मुले यांच्या उपकाराखाली दबून असतात. पालकांचे प्रमाणे वागल्यास आपला फायदा होतो म्हणून बऱ्याचदा मुले 'होयबा' होतात. एकंदर वातावरण फार आरोग्यदायी नसते.

२) अधिकाराचा वापर करणे पण त्याचबरोबर सुसंवाद साधण्याची प्रवृत्ती - पालकांचे मुलाशी संबंध मित्रत्वाचे असतात. पालकांचा मुलाशी सुस्पष्ट संवाद असतो. कोणतीही शंका सहजपणे विचारली जाते. पालक त्यांना वाटणाऱ्या गोष्टी अधिकारवाणीने मुलाला सांगतात पण त्याचबरोबर त्याबाबतीत त्याचे म्हणणे ऐकून घेत असतात. पालक म्हणतात म्हणून कोणतीही गोष्ट मुलावर लादली जात नाही. प्रत्येक गोष्टीतील फायदे-तोटे यांची चर्चा होते. 'हम करेसो कायदा' ही पालकांची भूमिका नसते. चुकीच्या गोष्टीसाठीही योग्य प्रकारे कानउघडणी केली जाते. मुलावर विश्वास टाकून विविध जबाबदाऱ्या पार पाडण्यास प्रवृत्त केले जाते.

अशा पालकांची मुले धीट, निर्णयक्षमता असलेली कोणत्याही परिस्थितीचा मुकाबला करणारी असतात. या मुलांची स्वयंनिर्णय करण्याची प्रवृत्ती असते. या प्रकारचे पालकत्व हे आदर्श पालकत्व म्हणून गणले जाते. या सर्व गोष्टीमध्ये प्रेम हा महत्त्वाचा धागा असतो.

३) शिथिल प्रवृत्तीचे पालक - मुलांकडून फार अपेक्षा नसतात. मुलांवर कोणतीही जबाबदारी नसते. त्यांनी नियमांचे पालन करावे अशीही पालकांची अपेक्षा नसते. पालक मुलावर एकतर्फी प्रेम करीत असतात. मुलांशी संवाद साधताना नको एवढी मृदूभाषा असते. फारच भावनाप्रधान असतात.

या पालकांच्या मुलांना आपल्याला कोणी वाली नसल्यासारखे वाटते. निर्णय घेताना किंवा जीवनात अधिक आनंदी होण्यासाठी कोणी वाली नसल्याने त्यांचे मन उद्विग्न होते. त्यांना खुलेआम मार्गदर्शन करण्यासाठी कोणी नसते. थोडक्यात, आपण वाहत चाललो आहोत अशी त्यांची भावना होते.

अशा पालकांवर लहान वयात मुले खूश असतात; कारण त्यांना भ्रामक स्वतंत्र व खुलेआम वागविण्यात येते. कोणत्याही गोष्टीवर निर्बंध नसतो; पण वस्तुस्थिती मुले जशी मोठी होतात तसतशी मुलांच्या ध्यानात येते आणि आपणापाठी खंबीरपणे चार शब्द सुनावणारं कोणी नाही अशी भावना होते.

४) निष्काळजी प्रवृत्तीचे पालक - या पालकांचे वागणुकीच्या बाबतीत वरील पालकांच्या पुढे एक पाऊल असते. मुलाकडून कोणत्याच आशा व आकांक्षा नसतात. हे पालक भावनाशून्य तसेच मुलांशी संवाद साधताना यांची भाषाही मृदू नसते. मुलांना

आपले कोणीच नाही असे वाटते व त्यांचे पालनपोषण कसे होणार याबद्दलही मुले साशंक असतात. मुले दुःखी, ठाम निर्णय न घेणारी, स्वाभिमानशून्य व दिङ्मूढ होतात.

या पालकांच्या मुलांची परिस्थिती फारच दयनीय असते. मुलांना कोणती दिशा मिळत नाही. शेवटी मुलांमध्ये नैराश्य वाढीस लागते.

ढोबळपणे हे पालकांचे चार प्रकार असतात. पालकांच्या प्रकारानुसार मुलांची जडणघडण होत असते. पालकांमधील आत्मविश्वास उत्तम जडणघडणीला पूरक असतो; काही कारणाने जर मुलाची स्वतंत्र विचारसरणी जागृत झाली, तर मूल आपली जडणघडण योग्य मार्गाने करू शकते. मग पालक कोणत्या प्रकारचे का असेना? त्या दृष्टीने मुलाची निरीक्षणशक्ती जर चांगली असेल तर त्याची स्वनिर्णयक्षमता उत्तम होऊ शकते. अशी मुले योग्य निर्णय घेऊन चांगल्या प्रकारचे नागरिक होऊ शकतात. अर्थात, ही क्रिया वाढत्या वयात होऊ शकते; हे मूल त्याच्या भावी आयुष्यात आत्मविश्वास अंगी बाणवून प्रयत्न करून आपला विकास करते.

अर्थात, अशी उदाहरणे फार नसतात; कारण सभोवतालच्या परिस्थितीचाच मुलांच्या जडणघडणीत मोठा वाटा असतो; पण तरीही स्वसामर्थ्याच्या बळावर आपला विकास साधणारी मुलांची संख्या कमी नाही, याचेही भान ठेवले पाहिजे.

११

कुटुंबाचे प्रकार व जडणघडण

भारतात प्राचीन काळापासून अविभक्त कुटुंबपद्धती चालू आहे; पण अलीकडे अविभक्त कुटुंबपद्धतीकडून विभक्त पद्धतीकडे वाटचाल चालू आहे. प्रत्येक पद्धतीचे फायदे-तोटे असतात व त्यावर कशी मात करावयाची हे जर नीट जमले तर दोनही पद्धतीत योग्य प्रकारे पाल्याची जडणघडण होऊ शकते.

अविभक्त पद्धतीमध्ये आजी - आजोबा, आई - वडील, मुले, काका - काकू वगैरे सर्व एकत्र राहतात. घरातील सर्वच मोठी माणसे मुलांसमोर आदर्श म्हणून असतात. प्रत्येक मोठा माणूस आपापल्या कल्पनेप्रमाणे मुलाला शिस्त लावण्याचा प्रयत्न करीत असतो. आपत्कालीन परिस्थितीत प्रत्येकजण एक दुसऱ्याला मदत करतो. आई-वडील नोकरी करीत असतील तर त्यांच्या मुलांना कोणी सांभाळावयाचे हा प्रश्न येत नाही. काही प्रमाणात परस्पर अवलंबणे असल्याने सर्व कारभार सहकार्याने चालू असतात.

आई-वडिलांचे त्याच्या मुलाबद्दल जास्त प्रेम असते व काही प्रमाणात दुसऱ्याच्या मुलाबद्दल द्वेष भावना असू शकते. या असूयेपोटी मुलांना जास्त त्रास होतो. सहकार्याची भावना असली तरी आपपरभाव असतोच. जास्त पैसे मिळविणारी व्यक्ती स्वत:ला महान समजते. इतर माणसे त्या माणसाची हांजी हांजी करतात. आपल्या मुलासमोर त्याचा हेवा करतात. मुलांना प्रत्येकजण आपापल्या परीने शिकविण्याचा प्रयत्न करतो. कोणाची शिकवण अंगी बाणवायची याबद्दल मुले साशंक होतात. मग मुले कोणाचीच शिकवण मनावर घेत नाहीत. खोटे बोलण्याकडे कल असतो. मुलाची विचारांची बैठक जर आई-वडिलांनी नीट केली नाही तर मूल चुकीची वाट अनुसरू शकते.

थोडक्यात, एकत्र कुटुंबपद्धतीचे फायदे-तोटे असतात व या सर्वांचा मुलावर परिणाम होत असतो. त्याचे पर्यवसान योग्य वा अयोग्य जडणघडणीत होऊ शकते. घरातील वरिष्ठांनी जर आपापसात सुसंवाद साधला आणि मुलांच्या संगोपनासंबंधी काही नियमावली

तयार केली तर फायदा होऊ शकतो. आजी-आजोबांना मुलाबद्दल (नातवंडाबद्दल) जास्त जिव्हाळा असतो. मग जास्त लाड करण्याकडे प्रवृत्ती असते. अशा वेळी आई-वडील व आजी-आजोबा यांच्यात मतभेद होऊ शकतात. हे मतभेद मुलासमोर व्यक्त न झालेले उत्तम; कारण त्याचा विपरीत परिणाम मुलावर होऊ शकतो. लाड करणारा माणूस मुलाला नेहमीच प्रिय असतो. मतभेद विसरून एकोप्याने मुलाचे संगोपन करणे हे फारच कठीण जाते.

सध्या विभक्त कुटुंबपद्धतीच समाजात जास्त प्रचलित आहे. यामध्ये आई-वडील व मुले एवढेच कुटुंबाचे घटक असतात. मुलांची संख्याही एक किंवा दोनचेवर असत नाही. एक मूल असलेल्या कुटुंबाचे प्रमाण भरपूर आहे.

दोन मुले असलेल्या कुटुंबामध्ये भावंडांना एकमेकांबद्दल आकस असू शकतो. त्याची कारणे अनेक असतात. मुलाबद्दल आई-वडिलांना जास्त ममत्व वाटल्याने मुलीला त्याचेबद्दल हेवा वाटतो. एक मूल अभ्यासात हुशार असते त्यामुळे त्याचे जास्त लाड होतात, हेही कारण द्वेष बळावण्यासाठी चालते. लहान मुलाची आई-वडील जास्त काळजी घेतात त्यामुळे मोठ्या मुलाकडे दुर्लक्ष होते. परिणामी, आपल्यापेक्षा आपल्या धाकट्या भावंडावर आई-बाबा जास्त प्रेम करतात असा समज मोठ्या भावंडांमध्ये बळावतो. अशी भावंडांतील आकसाची एक वा अनेक कारणे असतात. हा भावंडांतील मत्सर दूर करणे प्रेमळ पण अधिकारवाणीने आई-वडिलांना सहज शक्य असते.

विभक्त कुटुंबपद्धतीत एकच मूल असेल आणि त्यातच ते विवाहानंतर बरेच वर्षांनी झालेले असेल तर ते लाडात वाढते. अशा शिथिल पालकत्वामुळे मूल दिशाहीन होऊ शकते. अशा वेळी पाल्याची परवड होते. योग्य सल्ला मिळत नाही. त्यासाठी ते बाहेरच्या जगात शोध घेत भरकटत असते.

विभक्त कुटुंबात आई-बाप दोन्हीही नोकरी करण्याचे प्रमाण भरपूर असते. अशा वेळी मुले पाळणाघरात ठेवली जातात. तेथे योग्य सुरक्षेचा अभाव असतो. मुले रडू नयेत म्हणून त्यांना टी.व्ही.समोर तासन् तास ठेवले जाते. त्यामुळे टी.व्ही.चे अंधानुकरण होऊ शकते; आणि या मुलाला सवय लागते. मग मोठेपणी घरात एकटी असताना ही मुले कायम टी.व्ही. किंवा संगणकात रममाण होतात. मैदानी खेळांची आवड कमी होते. मुलांमध्ये लठ्ठपणा वाढीस लागतो.

पाळणाघरात घेतली जाणारी काळजी ही औपचारिकच असते. प्रेमाने काळजी घेतली जाणारी पाळणाघरे फारच कमी.

एका पालकाचा मृत्यू झाल्यास किंवा घटस्फोट झाल्यास मुलं व एक पालकचं घरात राहतात. एका पालकाचा मृत्यू झाल्यास त्याला भेटणाऱ्या नातलगांनी संवाद साधताना योग्य काळजी घ्यावी. ''आता आईला त्रास होईल असे वागू नको'', ''जरा काळजीने

वाग'' यासारखी विधाने करून मुलाला जास्त मानसिक इजा होत असते याचे भान असावे. मुलांना एक पालक मृत पावल्याचे दु:ख असते व ते दाखविण्याची किंवा शोक करण्याची त्याची विशिष्ट पद्धत असू शकते.

आई-वडिलांच्यात घटस्फोट झाल्यास तेथेही एकच पालक असतो. जो पालक मुलाला सांभाळतो त्याने दुसऱ्या पालकाची निंदा करण्याचा मोह टाळणे गरजेचे. काही वेळा आजी-आजोबाही असा प्रयत्न करतात. दूर राहणाऱ्या पालकाला भेटण्याची किंवा पत्र लिहिण्याचे स्वातंत्र्य मुलाला दिल्यास अशा मुलाची जडणघडण योग्य प्रकारे होते. समाजाच्या दृष्टीनेही ही मुले कलंकित असतात व कुटुंबातील माणसांची वरीलप्रमाणे वागणूक झाल्यास मुलामध्ये द्वेषभावना रुजते. असे होणे त्याच्या भावी आयुष्याच्या दृष्टीने योग्य नाही.

काहीवेळा एक पालक नोकरीसाठी दूरगावी गेलेला असतो. अशा पालकांकडून बालकाच्या बऱ्याच अपेक्षा असतात. त्याने मुलाला ठराविक दिवसांनी भेटणे अपेक्षित असते. अशा वेळी जवळ राहणाऱ्या पालकाचेच मूल अनुकरण करत असते. एकंदरीत मुलाची जडणघडण या जवळच्या पालकावर अवलंबून असते. त्याच्यावर फार मोठी जबाबदारी असते.

घटस्फोटित पालक पुन्हा लग्न करतात. त्या वेळी त्यांची मुले एकत्र येतात. अशा वेळी नवीन मूलही जन्माला येते. या नवीन मुलाकडे जास्त लक्ष जाते व पूर्वीच्या मुलांकडे दुर्लक्षततेची भावना निर्माण होते. या सर्व गोष्टीचा परिणाम मुलावर होत असतो. नवीन मुलाबद्दल द्वेषभावना निर्माण होते; पण असे न झाल्यास पूर्वीच्या मुलांना तितकाच विश्वास वाटतो व चांगले व्यक्तिमत्त्व घडू शकते.

स्वत:चे मूल होण्याची शक्यता नसेल तर मूल दत्तक घेण्याचा पर्याय स्वीकारला जातो. दत्तक मूल म्हणून जास्त काळजी किंवा आपले मूल नाही म्हणून निष्काळजीपणा दाखविल्यास दोनही गोष्टींचा मुलावर वाईट परिणाम होतो. योग्य वेळी मुलाला ते दत्तक आहे व कोणत्या परिस्थितीत त्याला दत्तक घेतले यासंबंधी माहिती देणे योग्य. अशा मुलाला समाजाकडून विपरीत माहिती मिळत असते. त्यामुळे गैरसमज वाढीस लागतो. मुलाच्या मनात पालकांबद्दल आदर निर्माण होण्याऐवजी द्वेष उत्पन्न होतो. जडणघडणीसाठी वातावरण योग्य राहात नाही.

एका पालकाचा मृत्यू झाल्यास दुसरा पालक पुन्हा विवाह करतो. अशा वेळी मुलासाठी एक पालक नवीन असतो. त्याचे मुलाशी योग्य संबंध प्रस्थापित होणे आवश्यक असते. आजी-आजोबांनी मुलाच्या मनात या नवीन पालकाबद्दल विश्वास उत्पन्न होईल अशी वागणूक ठेवावी. नवीन पालकासंबंधी पाल्याचे मन कलुषित करणे योग्य नाही. असे झाल्यास नवीन पालकाचे व पाल्याचे संबंध दुरावतात. घरातील वातावरण बिघडते.

मुलाची अवस्था गोंधळाची होते. पाल्य चुकीच्या मार्गाने जाऊ शकते.

थोडक्यात, कोणत्याही प्रकारची कुटुंबपद्धती असली तर पाल्याशी प्रेमळपणाने पण अधिकारवाणीने केलेली वागणूक योग्य जडणघडणीस उपयुक्त होते. कुटुंबाच्या विविध प्रकारात वेगवेगळ्या प्रकारची परिस्थिती असते व ती समर्थपणे हाताळणे हे पालकाचे कर्तव्य. ते जबाबदारीने निभावल्यास पाल्याचा आत्मविश्वास दुणावतो. पालकांबद्दल स्नेहभाव निर्माण होतो. एकंदरीत पाल्यासाठी हे वातावरण हितकारकच होते.

कुटुंबाच्या प्रकारानुसार पालकत्वाचे प्रकारही बदलू शकतात. शिथिल पालकत्व किंवा हुकूमशाही प्रवृत्तीचे पालकत्व विशिष्ट परिस्थितीत पालकाला अंगीकारावे लागल्यास ते एक दुर्दैवच असू शकते; कारण अशा प्रकारच्या पालकत्वाचा विपरीत परिणाम पाल्यावर होतो.

१२

मित्र परिवार

मुलाच्या जडणघडणीवर कुटुंबातील व्यक्तीचा परिणाम होतो हे आपण पाहिलेच. त्याचबरोबर त्याच्या जडणघडणीवर त्याच्या मित्रांचा परिणामही होतो. दहा वर्षांपर्यंत मुल कोणाही मुलाशी मैत्री करते. विशेषत: एखाद्या मुलाशी मैत्री करताना हे मूल आई-वडिलांचा सल्ला शिरोधार्ह मानते. पालकांनी परवानगी दिली तर ते त्या मुलाशी मैत्री करते, त्याच्या घरी जाते; पण दहा वर्षांनंतर याच मुलाला आपले मित्र आपणच निवडावे असे वाटते. किंबहुना, आई-वडिलांची या बाबतीत ढवळाढवळ अजिबात खपत नाही. बऱ्याचदा पालकांचा सल्ला मूल धाब्यावर बसवते. कोणाशी मैत्री करायची याचा निर्णय या मुलाला स्वतंत्रपणे घ्यायला आवडते. मग 'समानशीले व्यसनेषु सख्यम्' या नियमानुसार मित्रांची निवड होते.

दहा वर्षांपर्यंत मुलावर आई-वडिलांचा प्रभाव असतो. मित्राचा फार मोठा प्रभाव दिसत नाही; तरी या वयात मित्रांची बोलीभाषा मूल आत्मसात करते. काही काही सवयी मित्राकडून घेऊ शकते; पण पालकांची मुलावर नजर असल्याने या मित्रांचा प्रभाव कमी होतो. त्यातच दहा वर्षांपर्यंत पालकांचे म्हणणे मूल शिरोधार्ह मानते. स्वत:चा विचार किंवा स्वतंत्र वागणुकीचा विचार मुलाच्या मनात नसतोच. परिणामत: आपल्या मित्राच्या वागण्याचा गंभीरतेने विचार होत नाही. आई-वडील किंवा घरातील माणसांसमोर सर्वजण फिके पडतात; मग म्हणूनच मित्रांचे अनुकरण करण्याची शक्यता कमी होते.

दहा वर्षांनंतर मूल स्वत: विचार करू लागते. घरातील माणसाप्रमाणे मी वागलो नाही तर काय होईल? घरातील माणसांचे विशेषत: आई-वडिलांचे ऐकण्याची गरजच काय? त्यांचेच म्हणणे योग्य कशावरून? अशा नाना प्रश्नांचा मुलाच्या मनात विचार येतो. वडील म्हणतात म्हणून, आई म्हणते म्हणून त्याच मुलाशी मैत्री का करावी? मी त्याचेशी मैत्री न करता दुसऱ्या कुणाशी मैत्री करेन असेही विचार मनात येतात; मग

मित्राची निवड ही पालकांच्या मर्जीनुसार न होता मुलाच्या मतानुसार होते. एखादा मस्ती करणारा व्रात्य मुलगा या मुलाला आदर्श वाटतो. धाडसी मुलांबद्दल त्याला आपलेपणा वाटतो. वर्गात शिक्षकाना हातोहात बनविणाऱ्या मुलांबद्दल याला कौतुक वाटते; मग अशा मुलांबरोबर मैत्री होते. आपणही तसे वागावे या इच्छेपोटी त्यांचे अनुकरण होते. आपल्या अशा वागणुकीचा त्याला अभिमान वाटतो. या सर्व गोष्टी स्वतंत्र विचारप्रणालीला सुरुवात झाल्यानेच होत असतात.

मग कधी कधी अशा मित्रामुळे याचे नुकसान होते. बाईंकडून शिक्षा मिळते. अभ्यासात अधोगती होते. अशा वेळी पालकांनी असे का व्हावे, याचा विचार करून या मुलाचे मित्र कोण हे शोधून काढल्यास त्यांना सर्व गोष्टींचा उलगडा होतो; पण या सर्व गोष्टी मुलाला समंजसपणे समजावून सांगाव्यात. अशा वागणुकीचे दुष्परिणामांचे कथन करून मुलाबरोबर संवाद साधणे महत्त्वाचे. मित्रांवर टीका न करता त्याच्या वागणुकीवर टीका करावी. अशा मित्राबरोबर मैत्री न तोडता त्याच्या वागणुकीचे अनुकरण करू नये, हे सांगणे इष्ट. काही वेळा अशा मित्रांनाही विश्वासात घ्यायला हरकत नाही. हे मित्र अशी वागणूक का करतात हे मुलाना सांगणे इष्ट. बहुतेक वेळा हे मित्र घरातील मोठ्या माणसांचे अनुकरण करत असतात.

मूल मोठे होते तसतशी त्याची सदसद्विवेकबुद्धी जागृत होते व मूल जबाबदारीने वागते. ही सदसद्विवेकबुद्धी वाढीस लावणे हे माता-पित्यांचे काम असते; ती जर योग्य प्रकारे वाढीस लागली तर गैरवर्तणूक असलेल्या मित्रांच्या सहवासातही मूल बिघडत नाही. मित्र धूम्रपान करीत असेल तरीही मूलं धूम्रपान करत नाही; कारण धूम्रपान करणे घातक असते याबद्दल त्याला पूर्ण जाणीव असते. आपल्या मित्राच्या बऱ्यावाईट सवयीचे अनुकरण करावे किंवा कसे हे तो विचार करून ठरवतो. मग तो मित्राच्या चांगल्या सवयींचे अनुकरण करतो.

पैसेवाला मित्र मुलाला पैशाच्या जिवावर विविध प्रलोभने दाखवतो. त्यांना बळी पडून हे मूल त्याच्या जाळ्यात सापडते व मग त्याला या पैसेवाल्या मित्राच्या सर्व गोष्टी ऐकाव्या लागतात; पण जर सदसद्विवेकबुद्धी जागृत असेल तर हा मुलगा या प्रलोभनापासून दूर राहतो. पैसे स्वत: मिळवून या गोष्टी करू अशा प्रकारचे विचार त्याच्या मनात येतात. त्यामुळे त्याच्याशी मैत्री अबाधित ठेवून त्याच्या पैशाचा या मुलावर परिणाम होत नाही. हलक्या विचारसरणीची हलक्या मनाची मुले अशा मित्राच्या जाळ्यात अलगद सापडतात व जगाच्या दृष्टीने ती फुकट जातात. अर्थात त्याला तेच जबाबदार असते, मित्र नाही.

अमुक अमुक त्याच्या मित्रामुळे फुकट गेला असे म्हणण्याची बऱ्याचजणांना सवय असते. इंग्रजी एक म्हण प्रचलित आहे ती अशी 'Man is known by the company he keeps' म्हणजेच माणूस त्याच्या मित्रावरून ओळखला जातो. मित्रामुळे तो फुकट

गेला हे बरोबर नाही; कारण त्या बऱ्यावाईट मित्रांची निवड ही त्या मुलानेच केलेली असते. थोडक्यात, मुलाने कोणाशी मैत्री करावी व कोणाशी करू नये याचे मार्गदर्शन करणे ही पालकांचीच जबाबदारी मुलाचे मित्र चांगले नसणे हे त्याची सदसद्विवेकबुद्धी योग्य नसल्याचे द्योतक आहे; म्हणूनच मित्रांना दोष देण्यापेक्षा मुलाला दोष देणे जास्त योग्य. आपले मूल असे का व्हावे? अशा मुलाशी त्याने मैत्री का करावी? याचे आत्मपरीक्षण पालकांनीच करावे. आपण योग्य प्रकारच्या विचारांचे बाळकडू मुलाला दिले नाही हाच त्याचा अर्थ.

मुलाच्या जडणघडणीवर मित्रांचा परिणाम होतो असे म्हणण्यापेक्षा मुलाने मित्राची योग्य प्रकारे निवड करावी ही पालकांचीच जास्त जबाबदारी असते. मुलांची जडणघडण योग्य होण्यासाठी चांगला मित्रपरिवार हवा; पण चांगला मित्र कोण, याचा विचार करायला पालकांनीच शिकवायला हवे हे विसरून चालणार नाही. 'आमच्या मुलाचे मित्र चांगले नाहीत म्हणून तो असा' असे मुलावर खापर फोडून पालक स्वत:ची जबाबदारी विसरून जातात, हे योग्य आहे का? केव्हाही चांगले मित्र असणे हे जडणघडणीच्या दृष्टीने योग्यच; पण चांगले-वाईट ठरविण्याचा सारासार विवेक मुलाच्या मनात जागृत करणे हे पालकांचे उत्तरदायित्व नाही का?

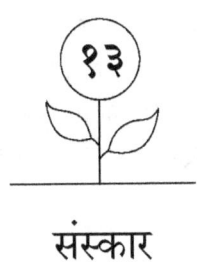

१३

संस्कार

मुलाच्या जडणघडणीमध्ये संस्कारांना महत्त्व आहे, असे काहींचे म्हणणे तर काही म्हणतात संस्कार बरेवाईट असले तरी मुलाची सदसद्विवेकबुद्धी हीच महत्त्वाची! आपण टोकाची भूमिका न घेता संस्कार या गोष्टीचा सर्वस्पर्शी विचार करू या.

मुलाची वागणूक भविष्यात चांगली व्हावी म्हणून मुलाला घडविण्यासाठी त्याच्याकडून बालपणी गोष्टी घटवून घेतल्या जातात, जेणेकरून या गोष्टीनुरूप मुलाने वागावे अशी पालकांची इच्छा असते. याला 'संस्कार' असे म्हणतात. ही गोष्ट ऐकायला आदर्श वाटते पण ती गुंतागुंतीची आहे; कारण उत्तम संस्कार मिळालेली मुले मोठेपणी त्याविरुद्ध वागताना दिसतात. अतिशय वाईट परिस्थिती व उत्तम संस्कार झालेल्या मुलांचे आचरण अतिशय चारित्रसंपन्न होऊ शकते. काहीच संस्कार न झालेली मुलेही चांगली झालेली दिसतात. त्यामुळे संस्कार उत्तम म्हणजे मूल उत्तम वागेल, असा नियम करता येत नाही.

हे जरी खरे असले तरी संस्कार करायलाच हवे. संस्कार म्हणजे काय? तू सकाळी लवकर ऊठ, व्यायाम कर, टी.व्ही. पाहू नको. सायंकाळी परवचा म्हण असे सांगणे म्हणजे संस्कार नाही. ती पोपटपंची झाली. तुम्ही सांगता म्हणून मूल करते. तुम्ही घरात नसाल किंवा तुमच्या संपर्कातून मूल सुटले की ते त्याला पाहिजे तसेच वागते. आपण म्हणतो मी मुलाला चांगले संस्कार केले पण आता हा असा वागतो. नेमके चुकले काय हेच कळत नाही.

यापेक्षा मुलासमोर आपली वागणूक आदर्शवत ठेवणे, ते पाहून त्याचे फायदे मुलाला कळतात व त्यातून मूल जे शिकते; ज्या गोष्टी आचरणात आणते ते मुलाच्या मनात कायमस्वरूपी राहते. व्यायाम केल्यामुळे पालकांना झालेला फायदा पालकांनी मुलाच्या मनावर बिंबवला तर व्यायाम करणे हे चांगले आहे, हे मुलाला समजते. मोठेपणी

परिस्थितीमुळे व्यायाम करायला न मिळाल्यास या मुलाला वैषम्य वाटते. आपण व्यायाम करायला हवा हे तत्त्व मनावर पूर्णपणे ठसलेले असते. हे पालकांनी सांगून किंवा व्यायामाचे महत्त्व विशद करून झाले नाही तर पालकांनी प्रत्यक्ष व्यायाम करण्याचा आदर्श मुलासमोर ठेवल्यामुळे झाले, अशी अनेक उदारहणे आपण देऊ शकू.

घरामध्ये मुलगा व मुलगी यांना समान वागणूक मिळत असेल तर या घरातील मूल त्याच्या भावी आयुष्यात मुलगा म्हणून मी महान किंवा मुलगी म्हणून मी कमी अशा प्रकारचे विचार करणार नाही. त्याउलट, घरातच जर पुरुषप्रधान संस्कृती असेल तर त्या घरातील मुलगा स्वत:ला मोठा समजणारच!

थोडक्यात संस्कार हे मुद्दामहून करायचे नसतात तर ते सहजच झाले पाहिजेत. विशेषत: पालकांच्या वागणुकीतून ते मुलापर्यंत पोहोचले पाहिजेत; पण आपल्याकडे 'संस्कार करणे' हा वाक्प्रचार रूढ झाला. लहानपणापासून काय करावे, काय करू नये इत्यादी गोष्टींची यादीच मुलासमोर वाचली जाते. काही गोष्टी फक्त घरातील ज्येष्ठ म्हणतात म्हणून कराव्या लागतात. उदाहरण द्यायचे तर दुधात साखर न घालता प्यावे, खरे तर असे दूध मुलांना आवडत नाही; पण सक्ती केल्यामुळे मुलांना प्यावे लागते. घरात साखर नसेल तर तसेच दूध पिण्यावाचून गत्यंतर नसते. म्हणूनच मूल ते दूध पिते. अर्थात, यामुळे काही मुलांना साखरेविना दूध प्यायची सवय लागते; पण बरीच मुले मोठेपणी दुधात साखर घालूनच पिताना दिसतात. थोडक्यात, साखर न घालता दूध पिण्याचा संस्कार फुकट जातो. अशीच गोष्ट लहानपणी केलेल्या बऱ्याच संस्कारांची होत असते. आई-वडिलांची किंवा ज्येष्ठ मंडळींची वागणूक आदर्शवत असेल तर मुले आदर्शवत होतात असेही नाही. उलट, आई-वडिलांची वागणूक आदर्शवत नसली तरीही मुले आदर्शवत झालेली आढळतात.

मुलांसमोर आदर्शवत वागणूक समोर ठेवून अशी वागणूक योग्य का, हे संवाद करून त्यांना पटवून दिल्यास ते जास्त परिणामकारक होत असते; पण 'मी असा वागतो म्हणून असे वाग' अशी हुकूमशाही वागणूक योग्य नाही. मुले अशा हुकूमशाही वृत्तीमुळे मनाविरुद्ध वागणूक करतात. बालपण संपल्यावर ही हुकूमशाही झुगारून मनाप्रमाणे आचरण करतात. काहीजण घरातील ज्येष्ठांच्या या हुकूमशाहीची मोठेपणी भलामण करतात. 'त्या वेळी आम्हाला धाकात ठेवले ते उत्तम झाले' या प्रकारच्या प्रतिक्रिया ऐकू येतात; पण त्याच्या वर्तणुकीचे अवलोकन केल्यास ती नेमकी बालपणीच्या संस्कारांविरुद्ध असते.

संस्कार हे महत्त्वाचे आहेत; पण संस्कार केल्यामुळे मूल आदर्शवत होते असा निष्कर्ष कोणी काढणे योग्य नाही. संस्कार ही गोष्ट फारच गुंतागुंतीची आहे. संस्काराबरोबर मुलाची सदसद्विवेकबुद्धी जागृत करणे हे महत्त्वाचे. वानगीदाखल आपण 'खरे बोलावे' या संस्काराचा विचार करू. 'खरे बोलावे' ही गोष्ट निश्चितच उत्तम होय; पण व्यवहारात

आपल्याला कितीदा तरी खोटं बोलावं लागते. इतकेच काय बरेच वेळा नको असलेल्या माणसाचा दूरध्वनी आल्यास तो दूरध्वनी या मुलाने घेतला असल्यास, त्यालाच 'बाबा घरात नाहीत' म्हणून खोटे सांगायला आपण भाग पाडतो, हे असे वागणे बाबांच्या दृष्टीने चूक नाही; पण मुलासमोर बाबा खोटे बोललेले असतात आणि मूल समजायचे ते समजते. अशा वेळी बाबांनी त्यांना खोटे का बोलावे लागले याबद्दल मुलाशी चर्चा करायला हवी. आपले 'खोटे बोलणे' योग्य नाही याची स्पष्ट कबुली मुलासमोर द्यायला हवी. कोणत्या परिस्थितीत आपण असे वागलो ते सांगायला हवे. आपल्या खोटे बोलण्याची भलामण करू नये. अशा संवादामुळे मुलाचा गैरसमज दूर होतो आणि 'खरे बोलावे' या मूल्याबाबत योग्य तो विचार त्याला मिळतो.

अशी बरीच उदाहरणे नैमित्तिक व्यवहारात घडत असतात. आपणास साध्या साध्या वाटणाऱ्या गोष्टींबद्दल मुलाच्या मनात गैरसमज निर्माण होऊ शकतात. गैरसमजांचे पर्यवसान शेवटी गैरवर्तणुकीत होत असते. मग आपण एवढे 'चांगले' वागलो तरी मूल असे कसे? असा प्रश्न निर्माण होतो. वस्तुत: आपले वागणे 'चांगले' कशावरून याचा ऊहापोह करणे आपल्याला कधीच उमजत नाही.

चांगले संस्कार गरजेचे असले तरी मैत्रीपूर्व संवाद आणि प्रत्येक गोष्टीची मुलासमोर चिकित्सा करणे हे महत्त्वाचे. उत्तम संस्कारांबरोबर मैत्रीपूर्ण संवाद नसेल तर त्या संस्कारांचा उपयोग होत नाही. एक वेळ संस्कार उत्तम नसतील पण संवाद मैत्रीपूर्ण असेल तर मुलाची वर्तणूक किंवा जीवनमान बरेच उंचावताना दिसते. कोणतीही गोष्ट करण्याआधी किंवा करताना त्याची चिकित्सा करणे हेच मुलांची वर्तणूक सुधारण्यास उपयुक्त असते.

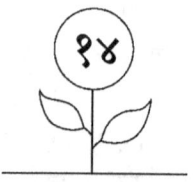

१४

विशेष मुलांची जडणघडण

आतापर्यंत सर्वसामान्य मुलांची जडणघडण पाहिली. आता विशेष मुलांच्या जडणघडणीचा विचार करू.

विशेष मूल कोणाला म्हणावे? अर्थात, जे सर्वसामान्य नाही ते. म्हणजेच जी मुले जन्मत: व्यंग घेऊन जन्माला येतात किंवा पहिल्या वर्षातील आजारामुळे त्यांची मानसिक व शारीरिक वाढ योग्य प्रकारे होऊ शकत नाही अशी मुले! थोडक्यात, जन्मत: किंवा पहिल्या वर्षात अंध झालेली मुले, मूकबधिर, मतिमंद मुले, हात-पाय यासारखा अवयव जन्मत: नसलेली मुले. तसेच ज्या मुलांना जन्मत: मोठा आजार आहे अशी मुले या वर्गात आपण सामावू शकतो.

या मुलामध्ये असलेल्या दोषामुळे याची जडणघडण योग्य प्रकारे होऊ शकत नाही. त्या व्यंगामुळे या मुलाकडे पाहण्याची कुटुंबाची किंवा समाजाची वृत्ती वेगळी असते. त्यांच्यातील व्यंगामुळे सर्वसामान्य मुलासारखी वागणूक यांना देणे शक्य नसते. काही वेळा या मुलाला विशेष वागणूक देणे कुटुंबाला एकूण त्यांच्या परिस्थितीमुळे शक्य नसते. एकंदरीत या मुलांची जडणघडण हा कौटुंबिक व सामाजिक प्रश्नच असतो.

आपल्या देशातील ५० टक्के कुटुंबांना आपले सर्वसामान्य मूल योग्य प्रकारे वाढवणे हेही दुरापास्त काम असते. मग अशा विशेष मुलाचे काय? अशा मुलांना सर्वच बाबतीत विशेष लक्ष पुरवणे गरजेचे असते. हे या ५० टक्के कुटुंबांना शक्य असते का? अशा मुलांचे लवकरात लवकर निदान होणे ही महत्त्वाची गोष्ट. योग्य डॉक्टरपर्यंत पोहोचून व्यंगाची माहिती करून घेऊन त्याला कशा प्रकारे वागविण्याची गरज आहे, तसेच त्याच्या जडणघडणीसाठी कोणत्या विशेष प्रकारच्या सोईसुविधांची गरज आहे हे माहिती करून

घेईपर्यंत मूल तीन ते चार वर्षांचे होते. मग आर्थिक कारणाने म्हणा किंवा वास्तव्य असलेल्या गावात या सोईसुविधा नसल्याने काय करायचे याचा विचार सुरू होतो. शहरामध्ये अशा मुलाला नातेवाइकांकडे ठेवणे शक्य नसते. त्याचबरोबर पालकांना आपली कामे टाकून त्याच्यासोबत राहणे अशक्य असते. अशा एक ना दोन अनेक अडचणी असतात. शेवटी काहीच न करता अशा मुलांना घरीच ठेवून शक्यतो कुटुंबाच्या व्यवसायात मदतनीस म्हणून वापरण्यात येते. उदा. कुंभाराच्या घरात मतिमंद मूल असेल तर त्याला भांडी इकडून तिकडे ठेवण्याचे काम शिकविले जाते. या मुलांना कोणतेच काम करणे शक्य नसेल तर या मुलाकडे दुर्लक्ष होते व हे मूल कोणत्यातरी रोगाला बळी पडते व 'सुटला एकदा' असे म्हणून कुटुंब नि:श्वास टाकते. खरे तर तो सुटण्यापेक्षा कुटुंबच 'सुटलेले' असते.

आर्थिकदृष्ट्या संपन्न कुटुंबात किंवा शहरात वास्तव्य असलेल्या कुटुंबात अशी मुले जन्माला आल्यास त्यांची परिस्थिती त्यामानाने बरी असते. त्याचे निदान लवकर होते म्हणजे कधी कधी पहिल्या वर्षातच या मुलाचे निदान होऊन अशा मुलाला कशा प्रकारे वाढवायला हवे याचा विचार होतो. या मुलाला योग्य प्रकारे वाढविण्यासाठी लागणारी साधने शहरात उपलब्ध असतात. उदा. सेरेब्रल पाल्सीच्या मुलाला व्यायामासाठी विशेषउपचार पद्धती, मूकबधिर मुलांना श्रवणदोष किती आहे ते आजमावून त्यानुसार उपचारपद्धती. मग कुटुंबातील माणसे या सर्व उपचारासाठी खास व्यवस्था करतात. अशा वातावरणात हे मूल वाढत असते त्यामुळे स्वत:च्या पायावर उभे राहण्याची शक्यता अशा मुलामध्ये अधिक असते. काही तीव्र मतिमंद मुलाला कोणतीच उपचारपद्धती कामी येत नाही व ही मुले दगावतात. मग भले ती आर्थिकदृष्ट्या संपन्न वर्गात जन्माला आलेली असोत!

बऱ्याच वेळा या विशेष मुलांना कुटुंबामध्ये त्याचे व्यंग लक्षात घेऊन विशेष वागणूक दिली जाते. त्यांच्या बाबतीत घरातील माणसे नको इतकी हळवी होतात. त्याच्या बारीकसारीक गोष्टींकडे विशेष लक्ष पुरविले जाते. हे सर्व गरजेहून जास्तच होते; मग सर्वसामान्य मुले लाड केल्यामुळे बिघडतात तसेच या मुलांचेही होते. त्यांना त्यांची सर्व शक्ती वापरून स्वत:हून सर्व गोष्टी करायला लावणे हे खरे तर योग्य असते; पण त्यांची जरा जास्तच काळजी घेतल्यामुळे या मुलांच्या अंगी असलेल्या सामर्थ्याचा वापर मूल योग्य प्रकारे करीत नाही. उदाहरण द्यायचे तर आधाराने चालू शकणाऱ्या मुलाला चालविण्याची सवय न करता उचलून इकडून-तिकडे नेले जाते. त्यामुळे या मुलाचे चालण्याचे सामर्थ्य खच्ची होते व आपण चालू शकतो हे मूल विसरते. अशामुळे बलवान

होण्याऐवजी सामर्थ्यहीन होण्यामध्ये पर्यवसान होते. अशा खास मुलांच्या उत्तम जडणघडणीसाठी त्यांच्या अंगी किती सामर्थ्य आहे, याची जाणीव मुलाला करून देऊन ते पूर्णत्वाने वापरल्यास त्याचे सबलीकरण जास्त वेगाने होईल याची जाणीव पालकांना करून देणे गरजेचे असते.

मूल अंध आहे किंवा बहिरे आहे हे ते तीन महिन्यांचे असतानाच कळू शकते. यासाठी पालकांनी जागरूक राहून हे व्यंग वेळीच ओळखल्यास त्यानुसार मुलाची योग्य ती काळजी घेणे पालकांना शक्य होते. बरेचदा या जन्मजात अंधत्वावर व बहिरेपणावर औषधोपचार नसतात. हे मूल कायमचे अंध व बहिरे राहण्याची शक्यता असते. मग या मुलांबाबतीत हे सत्य स्वीकारून त्याचे उर्वरित आयुष्य या व्यंगासकट उजळ कसे होईल याचा ध्यास पालकांनी घेतल्यास अशा मुलांचे भावी आयुष्य सर्वसाधारण होणे सुलभ जाते. मोठ्या शहरांमध्ये अशा मुलांसाठी विशेष शाळा असतात; पण खेडेगावातील मुलांना कसे व कोठे शिक्षण घ्यावयाचे हा प्रश्नच पालकांपुढे असतो. अशा मुलांना शहरात पाठवणे आर्थिकदृष्ट्या परवडत नाही. मग थातूरमातूर काही शिकवले जाते; पण योग्य मार्गदर्शन न मिळाल्याने अशा खेडेगावातील मुलाचे फारच नुकसान होते. अलीकडे सर्वशिक्षा अभियानामार्फत अशा मुलांची काही अंशी सोय झाली आहे. या अंध व बहिऱ्या मुलांचा मेंदू उत्तम प्रकारे काम करत असल्याने योग्य मार्गदर्शन मिळाल्यास ही मुले उत्तम आयुष्य जगू शकतात. पालकांनी थोडा त्रास सहन केल्यास या मुलांची जडणघडण चांगल्या प्रकारे होऊ शकते; पण त्यासाठी सत्य स्वीकारून मार्गक्रमण करणे हे महत्त्वाचे. अलीकडे बहिऱ्या मुलांना शस्त्रक्रिया केल्यास ऐकू येऊ शकते; पण ही शस्त्रक्रिया महागडी असल्याने किती मुलांवर ही शस्त्रक्रिया करून घेणे शक्य होईल हे सांगता येत नाही; पण पालकांनी या शस्त्रक्रियेसाठी लागणारी आर्थिक मदत या ना त्या मार्गाने मिळविण्याचा वेळीच प्रयत्न केल्यास त्यांना यश येते व मुलाचे भविष्य उज्ज्वल होऊ शकते.

थोडक्यात, अंध व बहिऱ्या मुलांची जडणघडण योग्य प्रकारे होण्यासाठी पालकांचे प्रयत्न महत्त्वाचे आहेत.

मतिमंद मुलांचे पालक होणे हे शिवधनुष्य पेलण्याइतकेच कठीण काम आहे. आपले मूल मतिमंद आहे हे सत्य स्वीकारणेच पालकांना कठीण जाते. त्यातच काही डॉक्टर किंवा समाजातील माणसे हळूहळू सुधारणा होईल म्हणून आशेचा किरण दाखवतात. त्यामुळे योग्य उपचार करण्यास उशीर होतो. मुलामध्ये असलेले शारीरिक दोष हाता-पायातील शिथिलता लवकर व्यायाम दिल्यास बऱ्याच प्रमाणात कमी होऊ शकते. वरीलप्रमाणे

कालहरणामुळे हे उपचार करावयास उशीर होतो व हाता-पायातील व्यंगे उग्र गंभीरस्वरूप धारण करतात. अशा मुलांना शी-शूला जाणे, स्वत:चे कपडे घालणे इत्यादी साध्या गोष्टीही, ते मूल ८-१० वर्षांचे होईपर्यंत शिकविलेल्या नसतात. एकूण हे झालेले कालहरण मुलाच्या जडणघडणीत मोठा अडसर होत असते. काही वेळा ही मुले सर्वसाधारण शाळेत घातली जातात. त्या ठिकाणी शिक्षकांनी यांना ओळखून वेगळ्या प्रकारची शिक्षण योजना या मुलांसाठी करणे किंवा तसा सल्ला पालकांना देणे महत्त्वाचे असते; ते न करता मुलाला शाळेतून काढले जाते; आणि योग्य सल्ला दिला जात नाही. पालक पुरता गोंधळून जातो. सर्वसामान्य मुलांच्या पालकांना अशा मुलाचे पालक होणे म्हणजे काय किंवा या पालकांना कोणत्या दिव्यातून जायला लागते याची तीळमात्र कल्पना येऊ शकत नाही.

शहरामध्ये विशेष शाळा असल्याने तेथे अशा मुलांना प्रवेश देण्यात येतो; पण खेडेगावातील पालकांची परवडच होते. मग ही मुले मोठ्या आजाराला बळी पडतात. अलीकडे सर्व शिक्षा अभियानामार्फत काही प्रमाणात अशा मुलांच्या शिक्षणाची सोय केली आहे; पण दूरवर पसरलेल्या खेडोपाडी अशा मुलांची म्हणावी त्या प्रकारे काळजी घेतली जात नाही.

या मुलांचे पालक अशा विकलांग मुलाकडे पूर्णपणे दुर्लक्ष करतात. आपणास उपयोग नाही हे सत्य त्यांनी लक्षात घेतलेले असते व त्यानुसार या मुलाच्या योग्य जडणघडणीसाठी कोणत्याही प्रकारचा प्रयत्न करण्याकडे यांचा कल नसतो. दुसऱ्या प्रकारचे पालक या मुलांची नको इतकी काळजी घेतात. पालक असे मूल विशेष शाळेत घालतात. मात्र आपल्या मुलाला त्रास होईल म्हणून तेथील शिक्षकांनी सांगितलेले ऐकत नाहीत. मुलाला नको नको ते खायला देतात. पर्यायाने ही मुले जाड होतात व शारीरिक काम करण्याची अशा मुलांची क्षमता फारच कमी होते. आपल्या अशा वागण्याने आपण मुलाचे नुकसान करीत आहोत, हे सत्य या पालकांच्या लक्षात येत नाही. शिक्षक योग्य काम करीत नाहीत, आपल्या मुलावर अन्याय करतात अशी आगपाखड काही पालक करीत असतात. त्यामुळे शिक्षकांना काम करण्यास हवे असलेले सहकार्य मिळत नाही आणि जडणघडणीचा विचका होतो.

सर्वसाधारण मुलाच्या जडणघडणीत पालकांचा सहभाग आवश्यक असतोच; पण विशेष मुलांबाबतीत पालक हा घटक अतिशय महत्त्वाचा असतो. सर्वसाधारण मूल स्वत:चा विचार करून आपला भविष्यकाळ उज्ज्वल करण्यासाठी प्रयत्न करू शकते. त्यांच्याकडे पालकांचे दुर्लक्ष झालेले चालते. पालकांनी लक्ष देऊनही बरीच सर्वसामान्य

मुले उत्तम प्रगती करून आयुष्यात यश मिळवितात; पण विशेष व्यंग असलेली मुले पालकांच्या सहकार्याशिवाय काहीच करू शकत नाहीत. खरे तर या खास मुलांचे पालक होणे आव्हानच असते. ते स्वीकारून त्यानुसार योग्य वेळी योग्य निर्णय घेऊन मुलांची जडणघडण योग्य प्रकारे होईल हे पाहणे अवघड काम आहे.

१५

भावनांकाचा जडणघडणीवर परिणाम

व्यवहारात मूल फक्त हुशार म्हणजेच त्याचा बुद्ध्यांक उत्तम असून चालत नाही. बरीच हुशार मुले व्यवहारात फारच मागासलेली दिसतात. शाळा-कॉलेजमध्ये उत्तम प्रगती करणारी, परीक्षांमध्ये चमकणारी मुले त्यांच्या आयुष्यात स्वत:शिवाय फार काही करताना दिसत नाहीत. आपण आपले काम व पैसा मिळविणे यापलीकडे त्यांचे लक्ष जात नाही. शाळा, कॉलेजात नावाजलेली मुले पुढे फार नावाजताना दिसत नाही. अलीकडेच नापास मुलांबाबत पुस्तक वाचनात आले. आयुष्यात भरीव कामगिरी करणारी माणसे त्यांच्या शालेय जीवनात फारच मागास होती. अशा मुलांबाबतचे हे पुस्तक आहे.

याचा अर्थ बुद्ध्यांक महत्त्वाचा नाही असे नव्हे; पण त्याचे जोडीला जर भावनांक चांगला असेल तर व्यवहारात बरेच काही करता येते. भावनिक बुद्ध्यांकाचे महत्त्व विशेष आहे.

भावनिक बुद्ध्यांक भावनांक म्हणजे काय? यामध्ये माणसाची बुद्धी किती तल्लख आहे हे महत्त्वाचे नसून असलेली बुद्धी कशा प्रकारे वापरायची हे समजणे महत्त्वाचे असते. उत्तम भावनांकाच्या माणसात स्वतंत्र विचारसरणी, परिस्थितीशी जुळवून घेण्याची क्षमता, अडचणींवर मात करण्याची क्षमता, प्रयत्नांची पराकाष्ठा करण्याची हिंमत आणि सर्वांत महत्त्वाचे म्हणजे सर्वांशी सलोख्याचे संबंध या विविध गोष्टींचा अंतर्भाव असतो. आयुष्यामध्ये चांगले काम करण्यासाठी या सर्व गोष्टी फार उपयुक्त असतात; मग थोडी हुशारी कमी असली तरी चालते. हुशारीचा संबंध परीक्षेत यश मिळवून चांगल्या अभ्यासक्रमासाठी प्रवेश मिळवणे इतक्यापुरता सीमित असतो.

एखादे काम करीत असताना बऱ्याच माणसांशी संबंध येत असतात. प्रत्येक माणसाचे मत, विचार करण्याची पद्धत वेगळी असते. आपल्या संबंधात येणाऱ्या माणसाची विचार करण्याची पद्धत, एकंदर त्याच्या मनाची धाटणी समजली तर त्याचेबरोबर काम करणे

सहज शक्य होते. दुसरा माणूस एखाद्या समस्येबाबत कशा प्रकारे विचार करेल हे काही काळ माणसाच्या सान्निध्यात राहिल्यास आपल्याला समजायला हवे. यालाच परचित्तठाव घेणे असे म्हणतात. दुसऱ्या माणसाची वागण्याची पद्धत आधीच समजल्यामुळे आपण त्याचेकडून कोणती कामे कशी करून घ्यायची याबद्दल कार्यक्रम ठरवू शकतो. आपल्या संबंधातील विविध माणसांचा आपल्या कार्यात पूरक होतील अशा प्रकारे वापर करणे त्यामुळे शक्य होते. अशा माणसांचा आपल्या कार्यात हातभार लागल्यामुळे आपल्या कामाचा दर्जा उंचावतो तसेच काम यशस्वी होण्याची शक्यताही उंचावते.

आत्तापर्यंतच्या विवेचनात आपण पाहिले की आपल्या आचार-विचारांवर आपल्या आजूबाजूच्या माणसांचा सर्वांत म्हणजे माता-पिता, मित्र, नातलग व शिक्षक यांचा परिणाम झालेला असतो. बरेचदा आपण या विविध व्यक्तींच्या विचारांची शिदोरी घेऊन आयुष्य रेटत असतो. किंबहुना, या सर्व व्यक्तींचे आपण त्यांचेप्रमाणे वागावे असेच प्रयत्न असतात. आपल्या पाल्याने, शिष्याने आपल्या विचारांबाहेर जाऊ नये अशीच अपेक्षा या सर्वांची असते. या सर्व पगड्याखाली आपणही वाहत जातो आणि त्यांनी सांगितलेलेच योग्य, असे आपले ठाम मत होते. यापेक्षा 'ऐकावे जनाचे व करावे मनाचे' हा संदेश मनात ठेवून सर्वांचा विचार ऐकून आपला वेगळा तर्कानुसंगत असा विचार मांडणे व त्याप्रमाणे वर्तन करणे हे अतिशय महत्त्वाचे असते. काही वेळा आपले विचार प्रचलित विचारांपेक्षा फारच वेगळे असू शकतात. ते तसे असल्याने आपण चुकतोय का असेही वाटते; पण हे विचार तर्कानुसंगत असल्यामुळे शाश्वत होतात व रास्तही असतात असे दिसून येते. स्वतंत्र विचार करण्याची सवय पालकांनी, शिक्षकांनी मुलांना लावावी. दुर्दैवाने असे म्हणावे लागेल की, आपल्या मुलाने, शिष्याने आपलेच विचार पुढे न्यावे असेच बऱ्याच पालकांचे आणि शिक्षकांचे मत असते. बऱ्याच पालकांना व शिक्षकांना मुलाची स्वतंत्र विचारसरणी पटत नाही व अशी मुले त्यांच्या मनातून उतरतात. व्यवहारात स्वतंत्र विचारसरणी असल्याचा फारच मोठा उपयोग होत असतो. बऱ्याचदा 'बाबा वाक्यं प्रमाणम्' मानून नुकसान होत असते किंवा फार मोठी भरारी मारता येत नाही.

बाह्य परिस्थितीशी जुळवून घेणे ही प्रत्येक माणसाच्या दृष्टीने एक कसोटी असते. लहानपणापासून कधी गरिबी तर कधी श्रीमंती असा परिस्थितीत नेहमीच बदल होत असतो. कोणत्याही परिस्थितीत स्थितप्रज्ञ राहणे आपली सदसद्विवेकबुद्धी ढळू न देणे गरजेचे असते. सर्व गोष्टी आपल्या मनाप्रमाणे होतील किंवा असतील असे नाही. एखाद्या परीक्षेत गुण कमी मिळाल्यामुळे रंगाचा बेरंग होऊ शकतो. अशा वेळी खचून न जाता वेगळाच पर्याय निवडून जोरदार प्रयत्न करणे ही गरजेची बाब. परिस्थितीशी जे जुळवून घेऊ शकत नाहीत ते हिरमुसले होतात व आपले जीवन आपल्या हातानेच उद्ध्वस्त करून घेतात. मग आपले नशीब फुटके असा गजरही करीत राहतात. उलट, काही माणसे

आपल्या प्रयत्नाने प्रतिकूल परिस्थितीचे रूपांतर अनुकूल परिस्थितीत करून यश संपादन करतात; म्हणून पालकांनी पाल्यांना प्रतिकूल वातावरणाबद्दल समज द्यावी. प्रत्येक वेळी वातावरण अनुकूल असेल असे नाही. त्यासाठी मुलांसमोर विविध उदाहरणे ठेवून मार्गदर्शन करणे गरजेचे आहे. 'कधी खाई तुपरोटी कधी राही उपाशी' थोडक्यात, तुपरोटी खाणे व उपाशी राहणे या दोनही गोष्टींची तयारी असणे गरजेचे असते.

अडचणींवर मात करण्याची क्षमता हे बाह्य परिस्थितीशी जुळवून घेण्याप्रमाणेच असते. याप्रमाणे प्रतिकूल परिस्थितीशी झगडावे लागते. त्याप्रमाणे काम करीत असताना विविध अडचणी समोर दत्त म्हणून उभ्या राहतात. त्याचा आव्हानात्मक मुकाबला करायला हवा. अडचणीचे भांडवल करून काम अर्धवट टाकणारी भरपूर माणसे दिसतात. ही माणसे काम न करण्यासाठी कारणांची मालिका सांगतात किंबहुना या माणसांना काम करण्याची प्रामाणिक इच्छाच नसते. काम न करण्यासाठी विविध कारणे सांगणे सोपे जाते.

जीवनात प्रयत्नांना फार महत्त्व आहे. समर्थांनी म्हटलेच आहे, 'यत्न तो देव जाणावा'. 'कर्मणि एव अधिकार: ते' येथे कर्मणि म्हणजे प्रयत्न. प्रामाणिकपणे प्रयत्न करून अपयश मिळण्याची शक्यता फारच कमी असते. अपयश मिळालेच तर प्रयत्न न केल्याची रुखरुख मनी नसते. आपले प्रयत्न कोठे कमी पडले याचे योग्य विश्लेषण केल्यास तेच काम परत हाती घेतल्यास यश मिळण्याची शक्यता वाढते. प्रयत्न करण्याची सवय अगदी लहान वयापासून मुलाला लावणे अगत्याचे.

आयुष्यात आपला विविध प्रकारच्या माणसांशी संबंध येत असतो. सर्वच माणसांचे विचार आपल्याशी मिळतेजुळते असणे जवळजवळ अशक्यच. आपल्या कुटुंबातील माणसांशीही वैचारिक मतभेद होत असतात. कुटुंबात माणसांची संख्या सीमित असते त्यामानाने बाह्यजगात भरपूर माणसांशी संबंध येतो. काहींचे आपणाशी जुळते पण काहींशी टोकाचे मतभेद होतात. काही वेळा ज्यांच्याशी मतभेद होतात ती आपल्याला जास्त उपयोगी असतात. मग मतभेद बाजूला ठेवून त्यांच्याशी जुळवून घेण्यावरच आपले यश अवलंबून असते. ते केल्यानेच विविध अडचणींवर आपण मात करू शकतो; म्हणून काम करताना विविध माणसांशी आपण जुळवून घेतो. माणसांना योग्य प्रकारे हाताळणे हे कौशल्य आहे. या कौशल्याचा योग्य प्रकारे वापर करण्यामुळे यश संपादन करणे शक्य होत असते. उगाच काही माणसांबद्दल मनात गैरसमज करून घेतल्यास आपलेच नुकसान होत असते. शाळेतील एखाद्या मित्राचा एकदा वाईट अनुभव आला म्हणून त्याचेशी मैत्री तोडण्यापासून मुलाला परावृत्त करणे योग्य होय. त्याच वेळी विविध प्रकारचे मित्र असणारच याबद्दल योग्य समज देऊन सर्वांशी पटवून घेण्याचे महत्त्व पाल्याच्या पचनी पाडणे महत्त्वाचे होय. माणसांशी जमवून घेणे हे यशस्वी आयुष्याचे गमक आहे.

नुसती तल्लख बुद्धिमत्ता महत्त्वाची नाही. त्याच्याबरोबर वरील गोष्टी असतील तर माणसाचे आयुष्य अधिक संतुलित होते. छोट्या छोट्या गोष्टींनी नैराश्य येत नाही.

कुटुंबात किंवा शाळांमध्ये या भावनांकांबाबत फार चर्चा होताना दिसत नाही. भावनांक काढावा यासाठी प्रयत्नही होत नाहीत. सर्व प्रयत्न मुलाने उत्तम टक्केवारी मिळवावी यासाठी होताना दिसतात; पण सर्वांना चांगले गुण मिळणे अशक्य असते व स्वतःच प्रयत्न करून आपल्या भावनांच्या बळावर बरीच सामान्य मुले आयुष्यात चमकताना पाहिली की सर्वांनाच आश्चर्य वाटते.

१६

जडणघडण माझी...

एकूण 'जडणघडण' या विषयाचा बराच विचार केल्यानंतर माझी जडणघडण कशी झाली याचा आढावा घ्यावा, असा विचार मनात आला. माझ्या जडणघडणीत कोणत्या गोष्टी प्रभावी ठरल्या याचा अदमास घेण्याचा हा प्रयत्न.

माझे बारा वर्षांपर्यंतचे आयुष्य खेडेगावात गेले. खेडेगावातील खोताच्या घरात माझा जन्म झाला. त्यातच आम्ही ब्राह्मण! म्हणजे सर्वार्थाने 'उच्च' आमच्या घराची गावावर हुकूमत चालायची. गावातील ग्रामदेवीचे धार्मिक सण आमच्या हुकमाने चालत आणि अजूनही चालतात. आमची हुकूमत या सणाला घेतली नाही तर आपले वाईट होते, अशी गावकऱ्यांची समज पूर्वीही होती व अजूनही आहे. आमच्या घरातील कोणीही 'पुरुष' गाऱ्हाणे घालायला किंवा नारळ द्यायला चालतो. आमच्या घरातील अगदी छोट्या मुलांना कुणबी समाजातील किंवा इतर समाजातील वयस्कर माणसांना अरे-तुरे करण्यात काहीच वाटत नसे. त्यांनाही याबद्दल सोयरसुतक नसे! घरात सोवळे-ओवळे जोरदार होते. इतर समाजातील लोकांना आमच्या देवघरात व स्वयंपाकघरात जाण्यास मनाई होती. थोडक्यात, आमचे घर म्हणजे कर्मठ ब्राह्मणाचे घर.

एवढा दबदबा होता तरी आर्थिक परिस्थिती फारच हलाखीची होती. सरकारने खोती रद्द करून कूळ कायदा केल्याने हातच्या जमिनी गेल्या होत्या. एकंदर बडा घर पोकळ वासा अशीच परिस्थिती होती. नवरात्राचा सण मोठ्या प्रमाणात साजरा व्हायचा पण त्यासाठी गावातील सावकाराचे कर्ज काढले जायचे. बाहेर दाखवायला मोठेपणा! शेती बऱ्यापैकी असल्याने तांदळाचे उत्पन्न येत असल्याने जेवणाची आबाळ होत नव्हती. तरीही गव्हाची पोळी सणासुदीलाच असायची.

अशा कुटुंबात जन्मल्यामुळे सरंजामशाही बालपणीच रक्तात भिनली होती. पहिल्या

पाच वर्षांत झालेल्या घटना आठवत नाहीत. मोठ्या भावाची धूमधडाक्यात झालेली मुंज आठवते. बाकी वयाच्या पाच वर्षांपर्यंतच्या कोणत्याही आठवणी नाहीत. थोडक्यात, पाच वर्षापर्यंतचे आयुष्य घरातील वडीलधाऱ्यांना अनुसरण्यातच गेले. त्यामुळे माझाही प्रवास कर्मठपणाकडेच होता हे ओघाने आलेच.

पाचवे वर्ष सुरू झाल्यावर शाळा सुरू झाली. एक बरे, वर्गात सर्व जातीची मुले एकत्रच बसत होती. शिक्षकही परजातीचे होते. त्यामुळे घरी आल्यावर प्रथम शाळेतील कपडे काढून वेगळे ठेवावे लागत. मग आंघोळ करून शुचिर्भूत होऊनच घरात प्रवेश मिळे. थोडक्यात, तोपर्यंत आम्ही परजातीचेच असायचो. इतर लोकांशी बोलताना, वागताना वडिलांचेच अनुकरण केले जायचे. सोवळ्या-ओवळ्याचे नियम जर पाळले नाहीत तर देव घात करेल, असे विचार वडीलधाऱ्यांकडून मिळाल्याने आम्ही याबाबतीत सर्व नियम कटाक्षाने पाळायचो. आईचे सोवळे व स्वच्छता पराकोटीची होती. ती पाळताना कंटाळाच यावयाचा. त्यामुळे आम्ही वडिलांचे अनुकरण करायचो. मग थोडा मोठा झाल्यावर भूक लागली असल्यास सोवळ्यातील पदार्थ ओवळ्याने मोठ्या माणसांची नजर चुकवून खाण्याकडे माझा कल असायचा; पण देवघरात सोवळे-ओवळे कटाक्षाने पाळत असू; कारण देवाची भीती होती. वडील स्वत:ची कामे स्वत: करीत नसल्याने मलाही तेच वळण लागले व आमची कामे बहुधा आई किंवा मोलकरीण करी. साधी साधी कामेही करण्याचा मला आळस असे.

हळूहळू वयाने मी वाढत गेलो. घरातील सर्व कर्मठ संस्कार आत्मसात करीत होतो; पण आमची आई आजारी पडू लागली. तिला घरातील कामे करणे शक्य नसे. मग नाईलाजाने घरातील कामे ती आम्हाला सांगे व रडत कुथत ती करण्यावाचून गत्यंतर नसे; कशीतरी ती गुंडाळण्याकडेच कल असे. आईच्या आजारपणामुळे का होईना काही काही कामे करण्याची क्षमता माझ्यात आली. जेवणाखाण्याबाबतीत निवड करण्याची गरज नव्हती; कारण खाण्याच्या पदार्थात वैविध्यतेची वानवाच होती. पोळी केली असेल तो सुदिन. ८-१५ दिवसांतून पोळी व गोड तोंडी लावणे असल्यास पर्वणीच. खाण्याची आबाळ होत नसली तरी खाणे कसदार नव्हते. त्यामुळे मी कुपोषितच होतो.

खेडेगावात राहिल्यामुळे निसर्गामध्ये कलंदरपणे वावरायला मिळाले. गुरांच्या मागे जाणे, शेती करताना वडिलांबरोबर फिरणे, औत चालवणे, उन्हाळ्यात आंबे, फणस, काजू पाडून खाणे इत्यादी गोष्टी स्वैरपणे करायला मिळाल्या. मी शेंडेफळ असल्याने आई-वडिलांबरोबर फिरायला मिळाले. वयाच्या १० व्या वर्षापर्यंत मी दोन-वेळा मुंबईवारी केली होती. त्यादृष्टीने मी नशीबवान म्हणायला हरकत नाही.

त्याही वयात आई-वडिलांच्या सोवळ्या ओवळ्याच्या समजुती, त्यांचे इतरेजनांशी वागणे याबद्दल मनात काहूर माजायचे; वय त्यामानाने मोठे नसूनही. त्यांचे वागणे खटकायचे; पण प्रवाहपतित होण्यावाचून गत्यंतर नव्हते. शाळेत खोताचा मुलगा म्हणून थोडी वेगळी वागणूक मिळायची; त्यामुळे थोडे बरे वाटायचे. आपण कोणी वेगळे आहोत अशी भावना जोपासण्यास मदत झाली. कधी कधी ही वेगळी वागणूक त्या वयातही खटकायची.

गावातील एकंदरीत वातावरणानुसार अभ्यास करण्याकडे कल नव्हताच. गुरुजींनी घरी करायचा अभ्यास थोड्या वेळात गुंडाळून टाकायचा. इतका मामुली अभ्यास करूनही शाळेत गुण बऱ्यापैकी असत. आमच्या वर्गात असलेल्या दहा मुलांच्यात पहिला क्रमांक यायचा; पण अभ्यासाच्या नावाने उल्हासच होता. इतर मुलांच्या मानाने आमच्या घरात शिक्षणाबद्दल जागृती होती. त्यामुळे वडिलांचे माझ्या अभ्यासावर लक्ष असायचे, म्हणूनच माझी अभ्यासातील प्रगती ठीक होती; पण त्या वयात स्वत:हून अभ्यासाची आवड नव्हती; आवड निर्माण होण्यासाठी कोणीही खास प्रयत्न केलेले नाहीत. (वडील दोन इयत्ता झालेले.)

वडिलांना गायन, वाचन किंवा खेळ यामध्ये अजिबात रस नव्हता. नाही म्हणायला 'केसरी' यायचा. त्याचे वाचन वडील करीत. मला या गोष्टीत फार रस वाटत नव्हता. वडील उत्सवात किंवा नवरात्रोत्सवात आरत्या म्हणत. त्या ऐकून ऐकून पाठ होत होत्या. मुद्दामहून त्यासाठी प्रयत्न झालेले नाही. वाचन तर फार दूरच राहिले. आमच्या शाळेत ग्रंथालय होते. तेथील पुस्तके चौथीपासून मिळत. 'संक्षिप्त महाभारत' हे छोटे पुस्तक मी वाचल्याचे आठवते. त्यातील गोष्टी फारच मनोरंजक वाटल्या. बाकी फार पुस्तके गावामधील वास्तव्यात वाचलेली आठवत नाहीत. रेडिओ व टी.व्ही. त्या काळी घरात नव्हता. मनोरंजनासाठी गावात होणारे उत्सव, जत्रा, नमनाचे खेळ इत्यादी गोष्टींवरच अवलंबून राहावे लागे; पण तेथे आमची जात आडवी येई. ब्राह्मणांच्या मुलांनी नमनात भाग घेणे निषिद्ध होते. त्यामुळे त्या अंगाने होणाऱ्या प्रगतीला खीळ बसली. आम्ही फक्त बघे!

घराजवळ धरण होते. तिथे आई-वडिलांची नजर चुकवून आम्ही जात असू. तेथेही सहज संचार होत नसे. त्यामुळे पोहायला शिकू शकलो नाही. तेथेही परत जात आड आली. ब्राह्मणातील मुलांना पोहायला येत नसे व कुणबी मुलांकडून शिकणे निषिद्ध !

पोहायला शिकायला आई-वडिलांचा सक्त विरोध. त्यामुळे या आघाडीवरही आम्ही मागेच. सायकल, स्कूटर व गाडी ही वाहने पाहायलाही मिळत नव्हती. त्यामुळे

ती चालवायला शिकणे दूरच. त्यात वडीलही या गोष्टी मुलांनी शिकाव्या याबद्दल आग्रही नव्हतेच.

खेडेगावात लहानपणाचा काळ गेल्यामुळे निसर्गात रममाण होता आले. निसर्गामध्ये स्वैरसंचार करता आला तरी जीवनामध्ये विविध गोष्टी शिकत मुलांचे व्यक्तिमत्त्व अष्टपैलू होण्यासाठी इतर कोणत्याच सुविधा नसतात. त्या सुविधा आता खेडेगावात उपलब्ध असल्याने आता पूर्वीच्या तुलनेत खेडेगावातील मुले शिक्षणाचा दर्जा वगळता इतर गोष्टींत शहरी मुलांपेक्षा सरस असावीत. खेडेगावात मुलांना मिळणारे निसर्गसान्निध्य हे तेथील मुलांचे भांडवल; पण त्या भांडवलाचा शाळांमधून किंवा घरांमधून योग्य प्रकारे वापर होत नाही. निसर्गातील विविध चमत्कार मुलांना उलगडून दाखविण्यात खेडेगावातील माणसे कमी पडतात हे खरेच! थोडक्यात, खेडेगावातील मुलांचे व्यक्तिमत्त्व थोडे बुजरेच होते.

या सर्व गोष्टींचा विचार आमच्या वडिलांच्या मनात आला. खेडेगावातील शैक्षणिक असुविधा त्यांच्या जास्त लक्षात आल्या. त्यामुळे आपल्या मुलाचे नुकसान होऊ नये म्हणून मला इयत्ता सहावीत मुंबईला शिक्षणासाठी पाठविण्याचा निर्णय त्यांनी घेतला. आता मी निसर्गापासून लांब जाणार होतो. खेडेगावातील मुक्त निसर्ग उपभोगणे आता संपणार होते; पण शिक्षणामुळे माणसाचे भवितव्य उज्ज्वल होते हे वडिलांचे मत होते; म्हणून इतर गोष्टी मुलाने नाही शिकल्या तरी चालतील. अर्थात, त्या शिकाव्यात याबद्दल ते कधीच आग्रही नव्हते. त्या काळीही आमचे वडील मुलाने शालेय प्रगती करावी याच मताचे होते; म्हणजे अलीकडच्या पालकांप्रमाणेच. मुंबईत शैक्षणिक सुविधा असल्याने त्यांनी मला मुंबईत धाडण्याचा रास्त निर्णय घेतला.

मुंबईत माझी रवानगी आमच्या शिकलेल्या काकांकडे झाली. हा निर्णय माझ्या शैक्षणिक प्रगतीच्या दृष्टीने फायदेशीर ठरला हे निश्चित! आमचे हे काका वकील होते व महाविद्यालयात नोकरीला होते. त्यामुळे सर्व मुले अभ्यास करतात की नाही याकडे त्यांचे लक्ष असे. मधून मधून अभ्यासाची चौकशीही ते करीत व शिकवीतही; अशा वातावरणात माझी प्रगती चांगली व्हावी अशी वडिलांची अपेक्षा होती.

मुंबईत गेल्या गेल्या काकांनी भरपूर अभ्यास करण्यासंबंधी चार गोष्टी सांगितल्या. सांगण्याचा स्वर कठोरच होता. अर्थात, त्यात त्यांचा दोष नव्हता. एक तर त्या काळी पालकांनी मुलांबरोबर प्रेमळपणे संवाद करण्याची पद्धत नव्हती. त्यातच माझ्या भावाने अभ्यास न केल्याने शालेय प्रगतीत मार खाल्ल्याचा त्यांचा अनुभव होता. मीही भावाच्या पावलावर पाऊल ठेवू नये, असे त्यांचे प्रामाणिक मत असावे. मी थोडा भावनाशील

असल्याने त्यांचे म्हणणे त्याही वयात गंभीरपणे घेतले व गावापेक्षा थोडा जास्त अभ्यास करावयास लागलो. मुंबईतील जीवनमानात बराच फरक होता. ते अंगळवणी पडावयास थोडा वेळ गेला. घर ते शाळा इतकाच दररोजचा प्रवास. कधी कधी दुसऱ्या काकाकडे असलेल्या बहिणीकडे भेटायला जात असे; तेवढेच बरे वाटे. उनाडपणा करावयास न मिळाल्याने कधी कधी खोटे बोलून खेळावयास जाणे किंवा बहिणीला भेटणे या गोष्टी होत. आम्हा मुलांच्या मानसिक अवस्थेबद्दल विचार करणे हा विचार मोठ्यांत नव्हता. त्यातच वडिलांनी काकांना माझ्याबाबतीतले मारण्यासहित सर्व अधिकार दिले होते. नशीब त्या अधिकाराचा गैरवापर काकांनी केला नाही. तसे मीही अधिकारांचा वापर करण्याची वेळ काकांवर जास्त वेळा आणून दिली नाही. आई-वडिलांच्या छताखालून दूर गेल्यामुळे माझ्या वागणुकीत एक प्रकारचा जबाबदारपणा आला, असे मला वाटते.

काका, काकूंची तसेच घरातील मोठ्या भावंडांची भीतीच वाटत असे. त्यांच्याशी सहज संवाद होत नसे. बरोबरीच्या भावंडांशी वागताना एक प्रकारचा तुटकपणा होता. पण तो हळूहळू कमी झाला. वडीलधाऱ्यांची भीती मात्र कायम राहिली. वागणुकीत सहजपणा नव्हता. कायम दबाव असे. त्यामुळे एक प्रकारची न्यूनगंडाची भावना जोपासू लागली. गावाला असताना वडिलांना मी घाबरत होतो पण आईच्या लाडामुळे ती भीती पळून जाई. अर्थात, गावालाही सहज संवाद होत होता असे नाही; पण त्यातल्या त्यात आईशी संवाद होत असे. मुंबईला काका-काकूंच्या किंवा गावाला आई-बाबांच्या दबावाचा मुकाबला करताना जीव मेटाकुटीला यावयाचा. त्या दबावाखाली त्यांच्याशी सहज संवाद करणे शक्य नव्हते. त्यांचीही मानसिक घडण तशीच झाली होती. त्यामुळे वडीलमाणसांशी सहज संवाद हे मृगजळच होते. बऱ्याच गोष्टी न विचारता स्वत:च्या तर्कानेच करण्याची सवय लागली. अर्थात, हे चांगले की वाईट हे सांगणे कठीणच! अशा वातावरणात योग्य शालेय प्रगती होत काळ पुढे जात होता. कापडी बॉलने व लाकडी फळकूट घेऊन क्रिकेट खेळणे हाच एक विरंगुळा. अवांतर वाचनाबद्दल घरातील कोणीही आग्रही नव्हते. मलाही स्वत:हून रस नव्हता. त्यामुळे त्या बाबतीतही उजेडच. अभ्यास, झोप, शाळा व फावल्या वेळात क्रिकेट इतकाच कार्यक्रम मुंबईतील पहिल्या ३-४ वर्षांत होता.

केव्हा एकदा सुट्टी सुरू होईल व गावाला जायला मिळेल इकडे लक्ष असायचे. सुट्टीत गावाला गेल्यावर निसर्गात मनसोक्त उनाडक्या, झाडावर चढणे, पाणी घालणे, जमीन खणणे, वाडीतील मुलांबरोबर हुंदडणे या गोष्टी करता करता सुट्टी केव्हाच संपून

जायची व मुंबईला जायचा दिवस यायचा; आणि मन उदास व्हायचे. हा दिवस कधीच येऊ नये असे वाटायचे.

मी सातवीत असताना माझ्या बहिणीचे निधन झाले. त्याचा माझ्या आईला फारच धक्का बसला. आम्ही त्यानंतर गावाला आलो. सुट्टीनंतर मी मुंबईला जाणार, त्यामुळे आईला एकाकी वाटणार. बहुधा म्हणून आईने मला गावातच नव्यानेच सुरू झालेल्या शाळेत आठवी साठी प्रवेश घेण्यासंबंधी वडिलांना सुचविले. मनातून मी फारच सुखावलो. आता माझी मुंबई सुटणार म्हणून बरे वाटले; पण वडिलांनी आईला माझे मुंबईतच शिक्षण होणे कसे योग्य आहे, हे पटवून दिले. गावात मला ठेवण्याचा आईचा बेत रद्द झाला. माझा विरस झाला. त्या वेळी वडिलांनी उचललेले हे पाऊल निश्चितच योग्य होते. मी शिकावे अशी त्यांची प्रामाणिक इच्छा होती. त्यामुळे माझे पुढील शिक्षण मुंबईतच होणार हे निश्चित झाले. वडिलांच्या या निर्णयामुळे माझे आयुष्य पूर्णपणे बदलले. गावातील माध्यमिक शाळा घरापासून दोन मैलांवर होती. शाळेतील शिक्षणाचा दर्जाही यथातथाच! म्हणजेच माझे शिक्षण योग्य प्रकारे झाले नसते. मला दूरदृष्टी नसल्याने वडिलांच्या या निर्णयाने मी नाराज झालो. गावात राहिलो असतो तर फार अभ्यास करावा लागला नसता म्हणजे मजाच मजा! पण माझी सुटीनंतर मुंबईत रवानगी झाली.

मी आता आठवीत होतो. परिस्थितीचा, माझ्या हिताचा, विचार मी करू शकत होतो. अभ्यास हा स्वत:साठी असतो व तो करणे इष्टच असे मला वाटू लागले. घरातही मी जबाबदारीने वागू लागलो. भावंडांशी भांडताना आक्रस्ताळेपणा कमी झाला. माघार घेण्याची प्रवृत्ती वाढीस लागली. घरातील कामे लवकर आटपून अभ्यास करू लागलो. मजल्यावर क्रिकेट खेळणे चालू होते. मात्र, वाचनाची गोडी तितकीशी वाढत नव्हती. शाळेत ग्रंथालय होते; पण तेथून वाचनासाठी पुस्तके आणल्याचे आठवत नाही. घरातही मी अवांतर वाचन करावे याविषयी कोणी आग्रही नव्हते. शाळेमध्येही खेळात भाग घेणे, वक्तृत्व किंवा अभिनय करणे या क्षेत्रांत उल्हासच होता. अभ्यासात प्रगती होत होती; पण इतर बाबतीत प्रावीण्य मिळविण्यात पाटी कोरीच होती. पोहोणे व सायकल चालवायला शिकणे यासाठी घरांतून कधीच प्रोत्साहन नव्हते. एकतर घरातील वडीलधारी माणसे या गोष्टी मुलांनी शिकाव्यात याविषयी आग्रही नव्हती तसेच त्यासाठी पैसे खर्च करणे परवडणारे नव्हते. त्यामुळे या दोन्ही गोष्टी शिकायच्या राहून गेल्या.

माझे व्यक्तिमत्त्व अभ्यासाभोवतीच फिरत होते. अभ्यासातही गणित व शास्त्र विषयात गती होती पण इतर विषयांत आनंदच होता. त्यामुळे टक्केवारीत मी मागे पडत होतो. भाषा व इतर विषय सुधारण्यासाठी लागणारे कष्ट घेण्याची माझी तयारी नव्हती. अकरावीत

अभ्यासावर मन एकाग्र करून चांगले गुण मिळविले. त्यामुळे माझी गणना हुशार मुलांत होऊ लागली.

थोडक्यात, शालेय जीवनात मी अष्टपैलू विद्यार्थी होऊ शकलो नाही. अभ्यासाव्यतिरिक्त मला जग नव्हतेच. मुंबईतही चौपाटी सोडून कोठेही फिरलो नाही. माझ्या गत जीवनाचा विचार केल्यास घरातील परिस्थितीचा माणसांच्या जडणघडणीवर परिणाम होतो हे निश्चित! घरातील माणसांचे विचार, आर्थिक परिस्थिती यावर जडणघडण अवलंबून असते. लहानपणी या परिस्थितीवर मात करण्याचे साहस माझ्या अंगी नव्हते; असे साहस आले तरच स्वतंत्र विचारसरणी अंगी बाणू शकते; पण लहानपणापासून न्यूनगंड निर्माण होण्यासाठी पोषक परिस्थिती असेल तर असेच होणार!

महाविद्यालयीन शिक्षणासाठी मी माझ्या मामाकडे रहायला गेलो. तो मामा लहानपणापासून अत्यंत हुशार होता. त्याचा माझ्या व्यक्तिमत्त्वावर खूपच प्रभाव पडला. त्यालाच मी माझा आदर्श मानला. अर्थात, त्याचा मला फारसा सहवास मिळालेला नव्हता. मात्र, त्याच्याबद्दल मोठ्या माणसांकडून मी खूप ऐकून होतो. त्याच्यासारखे आपण शिकावे असे मी आठवीत असल्यापासून ठरविले होते. त्यानुसार मी अभ्यासात बरीच प्रगती करण्याचा प्रयत्न केला व त्यामध्ये मी बऱ्याच प्रमाणात सफल झालो असे म्हणता येईल. कमीत कमी अभ्यासाबाबत मी योग्य आदर्श ठेवला हे ही नसे थोडके!

कर्मधर्मसंयोगाने मला कॉलेज शिक्षणासाठी या मामाकडेच राहण्याची संधी मिळाली. त्यामुळे त्या मामाचे आचार-विचार योग्य वाटून माझीही तशीच वाटचाल चालू होती. या मामांचे सर्व वर्तन पुरुषशाही मिरविण्याकडे होते. त्याप्रमाणे माझाही स्वभाव तसाच होत होता; त्यात घरातील स्त्रियांच्या पुरुषप्रधान वागणुकीने भर टाकली. स्वतंत्र विचारसरणीला थोडा वाव होता; पण मामांच्या मताविरुद्ध मत नोंदविणे शक्य नसे. गिरगावातील काकांप्रमाणेच त्यांनाही घाबरण्याकडेच कल होता. त्यामुळे बऱ्याच प्रमाणात स्वतंत्र विचारसरणीला खीळ बसली. वयस्कर मंडळींचा दबाव असल्यामुळे असे होते. काही गोष्टींवर मोकळेपणाने संवाद होत असे; पण बऱ्याच बाबतीत 'बाबा वाक्यं प्रमाणम्' होते. हळूहळू स्वतंत्र विचारसरणी निर्माण होत होती. मामा कंपनीचा तसेच काकांचा दबाव ठेवू नये असे वाटत होते. वैद्यकीय अभ्यासक्रमासाठी प्रवेश मिळाल्यावर त्यादृष्टीने अधिकाधिक जाण येऊ लागली. मामाशी थोडी वादावादी होऊ लागली. मी आता तसा मोठा झाल्याने मामाही मला वाव देत होता; पण मनामध्ये त्यांचा दबाव अजूनही कमी नव्हता. त्यांची पुरुषप्रधान वागणूक पसंत नसे पण त्याबाबत उघड नापसंती

प्रकट करणे शक्य नसे. हळूहळू मन बंडखोर बनत होते; पण बंडखोरी प्रकट करणे शक्य नव्हते.

मी एम.बी.बी.एस. झालो. खरे तर आता मी माझी स्वतंत्र विचारशैली बनवायला हरकत नव्हती; पण धाडस होत नसे. मी काही उलटसुलट बोललो तर त्याचा परिणाम नातेसंबंध बिघडण्यात होऊ शकतो. आपली मते स्पष्टपणे न मांडणे मामापुरतेच मर्यादित होते असे नाही तर काका किंवा इतर ज्येष्ठ माणसांशी माझी वागणूक अशीच होती. रोखठोक संवाद करणे कठीणच जात असे. लहानपणापासून मनातील न्यूनगंड व घाबरण्याची प्रवृत्ती निर्माण झाली होती, त्याचाच हा परिणाम असावा.

एम.डी. करण्यासाठी मला वसतिगृहात राहावे लागले. नातेवाइकांशी या दिवसांत फारच कमी संबंध येत असे. त्यामुळे न्यूनगंड कमी होत होता; पण आता न्यूनगंड दुसऱ्याच एका कारणाने निर्माण होत होता ते कारण म्हणजे भाषेचे. इंग्रजी चांगल्या प्रकारे बोलता येत नसल्याने वॉर्डमध्ये चर्चा करताना 'बोलावे की न बोलावे' अशा द्विधा मन:स्थितीत मी असे. एम.बी.बी.एस.पर्यंत तसे इंग्रजी बोलण्यात प्रावीण्य नसल्याने फार फरक पडला नाही. पण एम.डी. करताना बराच फरक पडला. इंग्रजी बोलताना काही चूक झाली तर हसे होईल असे वाटे व माझे विचार जरी योग्य असले तरी व्यक्त करण्यास मन धजत नसे. हा एक प्रकारचा न्यूनगंडच. म्हणजे लहानपणी वेगळ्या कारणासाठी मन घाबरत असे आणि आता या कारणाने घाबरणे! एकूण घाबरण्यामध्ये फरक नाही. इंग्रजी भाषेवर प्रभुत्व मिळविण्यासाठी म्हणावे तसे प्रयत्न मी केले नाहीत. वॉर्डमध्ये बोलण्याचा थोडा सराव करण्याचा प्रयत्न करीत होतो. म्हणावी तशी प्रगती नव्हती. या वातावरणातच एम.डी. पास झालो. अर्थात पहिल्या प्रयत्नात नव्हे!

पुढे व्यवसाय करू लागलो. तरीही न्यूनगंड कमी होत नव्हता; पण एक गोष्ट प्रयत्नपूर्वक केली ती म्हणजे व्यवसाय करताना न घाबरता धडाडीने व्यवसाय करायचा. त्यामुळे मी स्पष्टवक्ता व रोखठोक बोलणारा डॉक्टर अशी माझी प्रसिद्धी झाली. हा रोखठोकपणा घरातील वागणुकीत म्हणावा तितका येत नव्हता. त्यादृष्टीने माझे प्रयत्न चालले होते. त्यातच मी 'ज्ञानेश्वरी'चे वाचन केले. त्यानंतर कुणालाही घाबरणे व न्यूनगंड ठेवणे हे व्यक्तिमत्त्व विकासाचे दृष्टीने योग्य नाही, याचे भान मला आले. त्यासरशी मी माझ्या वागणुकीत आमूलाग्र सुधारणा करावयास लागलो. अर्थात, या माझ्या वागणुकीतील फरकामुळे काही नातलग दुरावले; पण हीच वागणूक योग्य आणि ती तशीच चालू ठेवण्याचा माझा मानस होता. अशा वागणुकीचे फायदे अनेक असतात, हेही माझ्या लक्षात आले.

अशी वागणूक लहानपणापासूनच असायला हवी आणि मीही त्यादृष्टीने आमच्याकडील मुलांशी संवाद साधत असे. अर्थात, असे अनेक नातलग होते की जे माझ्याशी या बाबतीत सहमत नसत. मुलांनी घाबरलेच पाहिजे, दबावाखाली राहिले पाहिजे असाच नातलगांचा मतप्रवाह होता.

माझ्या आयुष्याची जडणघडण पाहता एक गोष्ट मी ठामपणे सांगू इच्छितो की, घरातील वयस्कर माणसांनी योग्य प्रकारे संवाद साधून भयमुक्त वातावरण निर्माण करून मुलांमधील न्यूनगंड हेतुपुरस्सर काढून टाकण्यासाठी प्रयत्न केल्यास उत्तमच. नाहीतर न्यूनगंड काढण्यासाठी मुलाला स्वत: प्रयत्न करावे लागतात. अर्थात, त्याला किती प्रमाणात यश येईल हे सांगणे कठीणच. भयमुक्त वागण्याची सवय मनाला लावणे हे वाटते तितके सोपे नाही. त्यासाठी सकारात्मक प्रयत्न करावे लागतात. मोठ्या मोठ्या पदांवर काम करणारी माणसे ही भीतीपोटी बोलणे टाळतात व त्याचा विपरीत परिणाम होतो हे मी पाहिले आहे.

लहानपणापासून माझ्या आयुष्याचा विचार केला तर सर्व ठिकाणी घराघरांत जसे पालकत्व होते त्याचप्रकारचे पालकत्व मलाही लाभले. सर्व मुलांनी भरपूर अभ्यास करावा. अभ्यासाव्यतिरिक्त सर्व गोष्टी फोल आहेत असे पालकांना वाटायचे. घरातील वडीलधाऱ्यांचे वाचन फार नव्हते. गरिबीमुळे त्यांचा जीव मेटाकुटीला येत होता. मुलांना खेळायला रबरी बॉल देणेही परवडत नव्हते तर शिकण्यासाठी भाड्याने सायकल आणण्यासाठी पैसे देणे दूरच! जो काही छंद जोपासायचा असेल तो तुमचा तुम्ही जोपासा. घराला त्याचा त्रास होता कामा नये. लहानपणी मी विविध देशांचे स्टॅम्प्स् जमवत असे. इतर मुले आकर्षक स्टॅम्प्स् विकत आणत पण मला ते करणे शक्य नसे; मी इतर मुलांकडील जास्त असलेले स्टॅम्प्स् घेऊन त्याची अदलाबदली करून स्टॅम्प्स् जमवले व त्यांची वही केली होती; पण म्हणावा तसा आकर्षक संच मी करू शकलो नाही.

मी मामाकडे राहावयास गेलो तेव्हा १७ वर्षांचा होतो. मामाकडे भरपूर पुस्तके होती; पण मनापासून वाचनाची आवड नसल्याने वाचन या प्रांताकडे मी कधीच वळलो नाही; पण एम.बी.बी.एस. पास झाल्यावर इंटर्नशीपचे दरम्यान मला वाचनाची आवड नाही, याची लाज वाटू लागली आणि वाचनाची आवड मी लावून घेतली. लोकलने रुग्णालयात जाताना पुस्तके वाचावयास सुरुवात केली आणि अशा तऱ्हेने वाचनाची आवड अंगी बाणवली. घरात पुस्तके असली की, वाचनाची आवड आपणहून लागते हे तत्त्व चुकीचे वाटते. स्वत:ला त्याबद्दल आवड निर्माण होणे महत्त्वाचे.

सायकल चालविण्याचे तसेच झाले. बावीसाव्या वर्षापर्यंत सायकल मी हातात घेतली नव्हती. मग सर्व मित्रांमध्ये हसे होई. कॉलेजमध्ये एक मित्र मला डबलसीट न्यायचा. मग एका चुलत भावाने मला सायकल शिकवायचे मनावर घेतले. किंबहुना, मी सायकल शिकायचे मनावर घेतले असे म्हणणे जास्त उचित! त्याने मला सायकल चालवायला शिकवली. अर्थात, मी पारंगत झालो नाही पण सायकल येते असे म्हणायला हरकत नव्हती. याही बाबतीत स्वत:च इरेला पेटल्यामुळेच मी सायकल चालवणे शिकू शकलो. जीवनात अशाच प्रकारे मी विविध गोष्टी आत्मसात केल्या, असे म्हणायला हरकत नाही. त्यामुळे माझे असे मत झाले की, स्वत: मेल्याशिवाय स्वर्ग दिसत नाही.

चांगले संस्कार, उत्तम आदर्श, चांगले वातावरण, उत्तम आर्थिक परिस्थिती या गोष्टी खरे तर गौण असतात. यापेक्षा महत्त्वाचे असते ते म्हणजे स्वत:ची इच्छा! स्वत:ला कोणतीही गोष्ट आत्मसात करण्याची इच्छा जर असेल तर त्या दृष्टीने कार्य केल्यास ती गोष्ट साध्य होते.

लैंगिक गोष्टींबद्दल मुलांना माहिती सांगण्याचे धाडस कोणीच करीत नसे. त्यानुसार आम्हीही त्याबद्दल अनभिज्ञ होतो. साधारणत: नववीमध्ये असताना लैंगिक कुतूहल निर्माण झाले. वयाच्या १४ व्या वर्षी माझ्यामध्ये बदल दिसून आले व ते १६-१७ व्या वर्षी पूर्णत्वास गेले; हे बदल का होतात. मूल कसे जन्माला येते इत्यादीबद्दल काहीच माहिती नव्हती. मी वैद्यकीय शिक्षणासाठी प्रवेश घेतल्यावर शरीरशास्त्र शिकलो तेव्हा या लैंगिक विषयाची उकल झाली. सर्व ज्ञान मिळाले. घरातील कोणाही वडीलधाऱ्या माणसाने याबद्दल यथास्थित ज्ञान दिलेले नाही. मनात विविध विचार येत. बरोबरचे मित्र चावट बोलत ते बरेही वाटे; पण हे सगळे असे का हे कळत नव्हते.

मी वैद्यकीय शिक्षण घेतले म्हणून ठीक नाही तर आमचेही 'पाण्यात पडल्यावर पोहायला येते' त्याप्रमाणे झाले असते. लैंगिक शिक्षणाबद्दलची वडीलधाऱ्यांची उदासीनता योग्य नाही, हेच मी माझ्या अनुभवाने सांगेन. घरातील मुलांना लैंगिक विषयासंबंधी योग्य ज्ञान वयोमानानुसार देणे हे वडीलधाऱ्यांचे कर्तव्य आहे असे मला वाटते.

माझ्यापुरते बोलायचे झाल्यास माझी जरी शैक्षणिक प्रगती योग्य प्रकारे झाली तरी माझे व्यक्तिमत्त्व अष्टपैलू होऊ शकले नाही.

मला खरे तर मामाप्रमाणे संशोधन करण्याची आवड होती; पण त्या वयात संशोधन म्हणजे काय हे कळत नव्हते. पण मामाचा आदर्श समोर ठेवल्याने तसे माझ्या मनाने घेतले इतकेच. डॉक्टर तर मला कधीच व्हायचे नव्हते; कारण जीवशास्त्र व

वनस्पतिशास्त्राच्या अभ्यासाचा मला कंटाळा असे व त्यामुळे त्यामध्ये जास्त गुण मिळत नसत; म्हणून मी गणित घ्यायचे ठरविले; पण माझ्या या मामानेच मी डॉक्टर व्हावे म्हणून आग्रह धरला. मला वैद्यकीय शिक्षणासाठी आवश्यक गुण मिळाले व मी फार विचार न करता डॉक्टर झालो. एकंदरीत या अभ्यासाचा कंटाळा असल्याने म्हणावे तसे परीक्षेमध्ये यश मिळाले नाही; पण वैद्यकीय शिक्षण पूर्ण झाल्यावर व्यवसायात बऱ्यापैकी यश मिळाले असे म्हणायला हरकत नाही. आता तर असे वाटते की, मी या अभ्यासात मनापासून रस घ्यायला हवा होता. मी डॉक्टर झालो हे उत्तमच केले असे आता मला वाटते. डॉक्टरला जितके माणसांचे नमुने अनुभवायला मिळतात तितके इतर व्यवसायात मिळणे कठीण. या अनुभवामुळे व्यक्तिमत्त्व कसदार होते. या भेटलेल्या माणसांच्या अंतरंगात डोकावण्याची इच्छा असेल तरच हे घडू शकते. नाहीपेक्षा डॉक्टर म्हणजे पैसे मिळविण्याचे यंत्रच होय. त्यादृष्टीने माझ्या मर्जीविरुद्ध वैद्यकीय शिक्षण घेण्यास मामाने भाग पाडले हे चांगलेच केले. खरे तर त्या वयात आपणास विविध विषयांचे ज्ञान नसतेच. आपल्या सान्निध्यात असलेल्या आदर्शानुरूप आपण कोणते शिक्षण घ्यायचे हे ठरवितो. आपल्याला घ्यावयाच्या शैक्षणिक अभ्यासक्रमाबद्दल आपण योग्य प्रकारे माहिती करून घेत नाही हेच खरे. डॉक्टरचा मुलगा आपल्या वडिलांच्या सान्निध्यात कायम असतो. त्यामुळे त्याला डॉक्टर व्हावेसे वाटत असावे. त्याला डॉक्टर या व्यवसायाबद्दल सखोल ज्ञान असते का? त्याचे वडील हे त्याचे आदर्श; त्यामुळे तो त्यांचे अनुकरण करण्याचा प्रयत्न करत असतो. अर्थात, याला अपवाद असतातच.

येथे माझे चरित्र लिहिण्याचा हेतू खचितच नाही; पण थोडक्यात माझ्या जडणघडणीत कोणते महत्त्वाचे घटक परिणामकारक ठरले हे दाखविण्यासाठी मी माझी वाटचाल लिहिली. सर्वांप्रमाणेच ५ वर्षांपर्यंत माझ्यावर नकळत घरातील वडीलधाऱ्यांच्या वागणुकीचे परिणाम झाले व ते घट्ट डोक्यात बसले. शालेय जीवनातही तेच झाले. माध्यमिक शिक्षणादरम्यान मुंबईत काकांकडे राहिल्यामुळे आई-वडिलांच्या लाडाचे प्रमाण कमी झाले. दुसऱ्यांकडे राहिल्यामुळे विविध कामांची सवय लागली. पुरुषप्रधान संस्कृती डोक्यात घट्ट बसली. काकांच्या धाकामुळे म्हणा किंवा मला अभ्यासाचे महत्त्व कळले म्हणून म्हणा मी अभ्यासात रस घेऊ लागलो. माझे विश्व अभ्यासापलीकडे कधीच गेले नाही. मग मामाकडेही तीच परिस्थिती.

मोठ्या माणसांची भीती मनात घर करून होती. त्यामुळे सहज बोलणे किंवा सहज वागणे नव्हतेच. घरातील वयस्कर माणसांची आपल्यावर नाराजी ओढून घेण्यास मी भीत

असे. त्यांना नापसंत वागणूक देणे किंवा बोलणे शक्यच नव्हते. त्यामुळे स्वतंत्र विचारसरणीचा विकास झाला नाही. प्रवाहपतितच राहिलो. अगदी एम. डी. झाल्यावरही.

आयुष्यात विचार बदलावयास काहीतरी महत्त्वाचे कारण लागते आणि अशी विचार बदलण्याची प्रक्रिया वयाच्या ३८ व्या वर्षी 'ज्ञानेश्वरी' वाचल्यावर झाली. तोपर्यंत वरिष्ठांप्रमाणेच आचार-विचार होते. ज्ञानेश्वरीमधील विचार भावले त्यांच्या प्रभावामुळे माझ्यात आमूलाग्र बदल झाला.

गावी निसर्गात हुंदडायला मिळायचे व त्यामुळे घरातील दबावपूर्ण वातावरणापासून दूर राहायला मिळायचे. १२ वर्षांपर्यंत व नंतर सुट्टीत निसर्गासमीप राहण्यामुळे बराच फायदा झाला. बरीच रहस्ये मला माहीत झाली. साध्या साध्या गोष्टी शहरातील माझ्या मित्रांना माहीत नसत. विविध झाडे, फुले, प्राणी या गोष्टी त्यांनी चित्रातच पाहिलेल्या असत. बाजारपेठेतून पेरू विकत घेऊन खाणे व स्वत: झाडावर चढून खाणे यातील फरक मी आजमावू शकलो. कुठेही राहणे, तसेच खाण्यामध्ये पसंती-नापसंती नसे; त्यामुळे कोणत्याही परिस्थितीशी सहज एकरूप होता येत असे. निसर्गातील विविधता आणि वातावरणाशी मुकाबला करण्याची निसर्गातील विविध गोष्टींची शक्ती यांचा माझ्यावर बराच परिणाम झाला.

१७

उपसंहार

'जडणघडण' या शब्दांत जडण व घडण हे दोन शब्द येतात. पहिला शब्द जडण म्हणजे विविध गोष्टी शरीरात जडवणे. थोडक्यात, शरीराला विविध गोष्टींची सवय लावणे, उदा. ठराविक वेळी झोप, योग्य आहार, चांगली वर्तणूक वगैरे. बहुधा या जडणीचा काळ ९ महिने ते १० वर्षांपर्यंत असतो. या वयात घरामधील विविध गोष्टींची मुलाला सवय लागते. घरातील मोठ्या माणसांचे अनुकरण करून या सर्व गोष्टी मुले आत्मसात करतात. या जडण्यानंतर घडणे सुरू होते. मला वाटते ही क्रिया महत्त्वाची असते. आत्तापर्यंत आत्मसात केलेल्या गोष्टींची योग्यायोग्यता ठरवून, त्यांचे मूल्य ठरवून काही गोष्टी आपल्यापाशी ठेवून इतर गोष्टींचा त्याग करणे तसेच इतर माणसांमधील अनुकरणीय गोष्टी आत्मसात करणे यालाच घडणे असे म्हटल्यास अनुचित होऊ नये.

आजपर्यंत आपण आपल्या मुलाला शक्य असलेल्या गोष्टी शिकविल्या. त्या मुलाने योग्य प्रकारे आत्मसात केल्या. आपण शिकविलेल्या गोष्टीच सर्वांत योग्य. इतर गोष्टी अनुकरणनीय नाही असा मुलावर दबाव असता कामा नये. खरे तर या गोष्टींपेक्षा सरस गोष्ट कोणती व ती अनुकरणीय असल्यास तीच आत्मसात करणे योग्य कसे, हे मुलाला पटवून त्याप्रमाणे वागण्यास त्याला स्वातंत्र्य देणे हे योग्य घडणीचे मुख्य सूत्र होय. बरेचदा मूल आपल्याप्रमाणे वागत नाही म्हणून मुलाशी वादविवाद होतात. त्याचे प्रत्यंतर नातेसंबंध बिघडण्यास किंवा एकमेकांचा द्वेष करण्यात होते; म्हणून मूल १० ते १२ वर्षांचे झाल्यानंतर त्याला विचारस्वातंत्र्य किंवा त्याची मते मांडण्यास व ती शांतपणे ऐकण्यास पालकांनी वेळ द्यावा. 'मी सांगतो ते बरोबर व मी सांगेन तसेच वाग' ही पद्धत उपयोगाची नाही. मूल जर आपल्या मताप्रमाणे वागत नसेल तर त्याचा भावनिक कोंडमारा पालक करतात आणि त्या वेळी मुलांनाही असहमती असूनही तसेच वागावे लागते. अशा पालकांच्या

वागण्याने उत्तम घडणीलाच छेद मिळतो.

आत्तापर्यंत लिखाणात जडणघडणीमध्ये काम करणारे विविध मुद्दे मांडले. त्यावरून आपण मुलाच्या जडणघडणीमध्ये मार्गदर्शक होऊ शकतो; पण मार्गदर्शनाने शंभर टक्के परिणाम दिसून येतील असे नाही. शेवटी गीतेमध्ये म्हटले आहेच 'उद्धरेदात्मनात्मानम्' आपला उद्धार आपणच करायचा असतो; म्हणूनच त्या दृष्टीने मुलाने स्वत:चा उद्धार स्वत:च करावा. आई-वडील, सगेसोयरे, मित्रपरिवार, बाह्य परिस्थिती या सर्व गोष्टी अनुकूल असूनही मुलांची जडणघडण योग्य प्रकारे होतेच असे नाही. मुलाची प्रवृत्ती, विचार करण्याची क्षमता तसेच स्वत:मध्ये बदल करण्याची क्षमता या गोष्टी अतिशय आवश्यक असतात. याच गोष्टी जडणघडणीत उपयोगी ठरतात.

या गोष्टीचाच नेमका आपणास विसर पडतो. आपले मूल असे का झाले? तसे का झाले नाही? असे प्रश्न आपल्या मनात येतात. प्रत्येकाची प्रवृत्ती वेगवेगळी असते, हेच पालकांनी प्रथम मनाला पटवायला हवे. हे खरे असले तरीही आपल्या हाती असलेल्या गोष्टी करायलाच हव्यात. उदा. कोणतेही व्यसन वाईट, ही गोष्ट मुलाच्या मनावर लहानपणापासून ठसवायलाच नको का?

विविध घटकांचा माझ्या जडणघडणीवर काय परिणाम झाला याचेही मी यथास्थित वर्णन केले आहे. त्यातून पालकांनी योग्य बोध घेण्यास हरकत नाही.

आपले मूल मोठेपणी चांगले पैसे मिळवायला लागून त्याची मुलेबाळे व्यवस्थित झाली की जडणघडण उत्तम झाली, असे म्हणणे योग्य नाही. या मुलाची समाजाप्रती वागणूक कशी आहे. सामाजिक बांधिलकी आपले मूल मानते की नाही व त्यानुसार त्याचे आचरण आहे का? हे तितकेच महत्त्वाचे. नाहीतर मी बरे व माझी बायकामुले बरी अशी त्याची वृत्ती असायची. उत्तम जडणघडणीमध्ये आत्मोद्धाराबरोबरच समाजोद्धाराचे व्रत आचरण्याची वृत्ती अंगीकारणे अपेक्षित असते.

उत्तम जडणघडण होण्यासाठी पालकांचे मार्गदर्शन, योग्य संस्कार व पालकांची वागणूक, उत्तम आर्थिक परिस्थिती या गोष्टी गरजेच्या असतात. सर्वांत आवश्यक म्हणजे स्वतंत्र विचार करण्याची कुवत मुलामध्ये निर्माण करणे आणि पाल्याने प्रत्येक विषयावर स्वतंत्र विचार करण्याची सवय लावणे. या दोनही गोष्टी जर आत्मसात केल्या तर परिपूर्ण व्यक्तिमत्त्व निर्माण होऊ शकते. त्यामुळे व्यक्तीमध्ये सारासार विवेक निर्माण होतो.

तसेही माणसाची जडणघडण आयुष्यभर चालूच असते; पण एका ठराविक वयानंतर आपल्या अनुभवांचे विश्लेषण करून आपली जडणघडण करायची असते. आपल्याला प्रत्येक क्षणी शिकायचे असते आणि त्याप्रमाणे आपल्यात बदल घडवायचे असतात.

www.ingramcontent.com/pod-product-compliance
Lightning Source LLC
Chambersburg PA
CBHW051922220626
47052CB00003B/547
* 9 7 8 8 1 8 4 8 3 5 6 7 0 *